AF766062

# അസ്തമയത്തിനു
# നേരെ നടക്കുന്നവർ

**Asthamayathinu Nere Nadakkunnavar**
Novel

Balakrishnan

CHINTHA PUBLISHERS
Thiruvananthapuram



*First Edition*
October 2021

*Second Impression*
February 2022

*Published*
Chintha Publishers, Thiruvananthapuram

*Typesetting*
Star communications, Thiruvananthapuram

*Printed at*
Repro India Ltd. Mumbai

*Cover Design*
Vinod Mangoes

ISBN : 978-93-90301-83-6

CO - 3027 / 5913

Email: chinthapublishers@gmail.com
Website: www.chinthapublishers.com

A version is available at National Libraries
Kolkata, Mumbai, Chennai and Delhi

***Distribution***
**DESHABHIMANI BOOKHOUSE**
H O Thiruvananthapuram 695035

***Branch***
Head Office Kunnukuzhi • Statue Thiruvananthapuram
KSRTC Bus Terminal Thampanoor • Saphalyam Complex Thiruvananthapuram
KSRTC Bus Station Alappuzha • KSRTC Bus Station Ernakulam
Machingal Lane Thrissur • IG Road Kozhikode
Mavoor Road Kozhikode • NGO Union Building Kannur
Central Bus Terminal Complex Thavakkara Kannur

# അസ്തമയത്തിനു
# നേരെ നടക്കുന്നവർ

**ബാലകൃഷ്ണൻ**

**ചിന്ത പബ്ലിഷേഴ്സ്**
**തിരുവനന്തപുരം-695 035**

# ബാലകൃഷ്ണൻ

1938 ഒക്ടോബർ 9 ന് ഇരിങ്ങാലക്കുടയ്ക്കടുത്ത് മുരിയാട് എന്ന ഗ്രാമത്തിൽ ജനനം. അച്ഛൻ: എ പി നാരായണ മേനോൻ, അമ്മ: ജാനകിയമ്മ.

മുരിയാട് പ്രൈമറി സ്കൂൾ, കൊടകര നാഷണൽ ഹൈ സ്കൂൾ, ശ്രീ കേരളവർമ്മ കോളേജ് തൃശൂർ എന്നിവിടങ്ങളിൽ വിദ്യാഭ്യാസം. രസതന്ത്രത്തിൽ ബിരുദവും ഭൗതിക ശാസ്ത്രത്തിൽ ബിരുദാനന്തര ബിരുദവും.

1964 മുതൽ ഭാഭാ പരമാണു ഗവേഷണകേന്ദ്രത്തിൽ ജോലി. 1998 ൽ സീനിയർ സയന്റിഫിക് ഓഫീസറായി വിരമിച്ചു. *ആയിരം സൂര്യന്മാർ, നഗരത്തിന്റെ മുഖം, മൃഗതൃഷ്ണ, കുതിര, ഫർണസ്സ്, ആൽബം, ഭാഗ്യാന്വേഷികൾ, ഉന്മാദത്തിന്റെ മുറിവുകൾ* മുതലായ പതിനാല് നോവലുകളും അഞ്ച് നോവലെറ്റുകളും ഏഴ് ചെറുകഥാസമാഹാരങ്ങളും പുസ്തകരൂപത്തിൽ പ്രസിദ്ധീകരിച്ചിട്ടുണ്ട്. ചില കഥകൾ കന്നഡയിലേക്കും തെലുങ്കിലേക്കും മറാത്തിയിലേക്കും മൊഴിമാറ്റം നടത്തിയിട്ടുണ്ട്. *കുതിര* എന്ന നോവലിന് കുങ്കുമം നോവൽ മത്സരത്തിൽ പ്രത്യേക സമ്മാനവും (1979) സാഹിത്യപ്രവർത്തനങ്ങൾക്കുള്ള ബോംബെ കേരളീയ കേന്ദ്രസംഘടനയുടെ ഹരിഹരൻ പൂഞ്ഞാർ സാഹിത്യ അവാർഡും (1999) ലഭിച്ചിട്ടുണ്ട്. മുംബൈ സാഹിത്യവേദിയുടെ വി ടി ഗോപാലകൃഷ്ണൻ സ്മാരകപുരസ്കാരം 2010 ലും സമഗ്ര സാഹിത്യ സംഭാവനകൾക്കുള്ള മലയാളം ഫൗണ്ടേഷൻ പുരസ്കാരം 2014 ലും ലഭിച്ചു.

വിലാസം : 17 ഫീനിക്സ്, സൊസൈറ്റി
ബി വിങ്, പ്ലോട്ട് നമ്പർ 23, സെക്ടർ 9 എ
വാഷി, നവി മുംബൈ, 400703

ഫോൺ : 9322233012

# പ്രസാധകക്കുറിപ്പ്

സരളവും ശക്തവുമാണ് ബാലകൃഷ്ണന്റെ രചനകൾ. മുംബൈ പോലുള്ള മഹാനഗരത്തിൽ ജീവിക്കുമ്പോഴും മലയാള ഭാവന ബാലകൃഷ്ണനിൽ സദാ ഉണർന്നിരിക്കുന്നു. ജീവിതത്തോടുള്ള സത്യസന്ധതയാണീ എഴുത്തുകാരന്റെ കൈമുതൽ. ജീവിതസായാഹ്നവും മനുഷ്യകാമനകളും മുഖാമുഖംവരുന്ന അവസ്ഥാന്തരത്തെ തികഞ്ഞ ദാർശനികമാനത്തോടെ നോക്കിക്കാണുകയാണീ നോവലിൽ ബാലകൃഷ്ണൻ. കഥാപാത്രങ്ങളുടെ വാർദ്ധക്യം നോവലിന്റെ ഗാത്രത്തെ പുഷ്ടിപ്പെടുത്തുകയാണിവിടെ. മഹാനഗരത്തിലെ തിരക്കേറിയ വീഥികളും കടൽക്കരകളും പാർക്കുകളും സായാഹ്നസൂര്യനും ഇളംകാറ്റും എങ്ങനെയാണ് കഥാപാത്രരൂപമാർജ്ജിക്കുന്നതെന്ന് ബാലകൃഷ്ണൻ കാട്ടിത്തരുന്നു, ഈ നോവലിൽ.

**ചിന്ത പബ്ലിഷേഴ്സ്**

അവതാരിക

# അനുഭവത്തിന്റെ നിറവ്

## സി രാധാകൃഷ്ണൻ

ഇതാണ്, ബാലകൃഷ്ണന്റെ ഈ പുതിയ നോവലിനെപ്പറ്റി ആദ്യമേ പറയാനുള്ള കാര്യം. അസ്തമയത്തിനുനേരെ നടക്കുന്നവർ മനുഷ്യജീവിതത്തെക്കുറിച്ചുള്ള സൂക്ഷ്മവും അനുഭവസിദ്ധവുമായ അറിവുകൊണ്ടു സമൃദ്ധമാണ്. കുളത്തിനടിയിലെ ചേറിന്റെയും ആകാശത്തിലെ സൂര്യന്റെയും സംഭാവനകൾ ഈ അറിവിന്റെ പത്മദളങ്ങളിൽ സൗന്ദര്യമായി പരിലസിക്കുന്നു.

ചെറിയ ചെറിയ മനുഷ്യരെക്കുറിച്ച് വലിയ വലിയ കാര്യങ്ങൾ കാതിനരികിൽ വന്നുനിന്ന് കളങ്കമില്ലാതെ പറയുന്നതാണ്, ഞാൻ ബാലൻ എന്നു വിളിച്ചുപോരുന്ന ബാലകൃഷ്ണന്റെ എഴുത്തുരീതി. ആദ്യനോവലായ *നഗരത്തിന്റെ മുഖം* തന്നെ ഇതിനു ദൃഷ്ടാന്തമാണ്. വെറും പച്ചമനുഷ്യരായ കുറെ സാധാരണക്കാരുടെ കഥ പറഞ്ഞാണ് ബാലൻ *നഗരത്തിന്റെ മുഖം* നമുക്കു കാണിച്ചു തന്നത്. അതും ഘോഷിക്കുകയല്ല, ഉറക്കെ വിളിച്ചു പറയുകയല്ല, പതുക്കെ നിമന്ത്രിക്കുകയാണ്. അത്യസാധാരണമായ ഭാഷാഭംഗിയും പാരായണക്ഷമതയുമിണങ്ങിയ അപൂർവ്വ ചാരുതയുള്ള ആ നോവൽ എന്തുകൊണ്ടോ വേണ്ടത്ര ശ്രദ്ധിക്കപ്പെടാതെ പോയി.

പിന്നീട് ബാലൻ എഴുതിയതിലെല്ലാം ഈ പ്രത്യേകത തന്നെയാണ് കൈയൊപ്പായി കാണാവുന്നത്. ജാതിമതവികാരങ്ങൾ കുത്തിപ്പൊക്കുകയോ കക്ഷിരാഷ്ട്രീയ മുദ്രാവാക്യങ്ങൾ ഉരുക്കഴിക്കുകയോ ചെയ്യുന്നവരെ മാത്രം കാണുകയും ആത്മാർത്ഥത ഒരു ബലക്ഷയം മാത്രമായി പരിഗണിക്കപ്പെടുകയും ചെയ്ത കാലമാണ് കഴിഞ്ഞതെന്നതുതന്നെ ആയിരിക്കാം, ബാലന് വിമർശകരിൽ പലരും അവരുടെ ആർഭാടസദ്യകൾക്ക് ഇലയിടാതിരിക്കാൻ കാരണം.

8 അസ്തമയത്തിനു നേരെ നടക്കുന്നവർ
*ബാലകൃഷ്ണൻ*

അതെന്തോ ആകട്ടെ, ഈ കൃതിയിലെ കഥാപാത്രങ്ങളൊന്നും അതികായന്മാരോ അതിപ്രതാപ ഗുണവാന്മാരോ വിഖ്യാതവംശജരോ ധരാപാലകരോ അല്ല. വെറും തൃണമൂൽ മനുഷ്യരാണ്. പക്ഷേ, പ്രപഞ്ചത്തിന്റെ അടിത്തറവരെ അറിയാൻ ഇവരെ അറിഞ്ഞാൽ ധാരാളം മതി. നന്നായി എവിടെ കുഴിച്ചാലും വെള്ളംകിട്ടും എന്നുതന്നെ ബാലന്റെ നനുത്ത ചിരി.

ഒരു പരശു അയ്യരുടെ ജീവിതാന്ത്യകഥയാണ് 'അസ്തമയത്തിനു നേരെ നടക്കുന്നവർ.' കൂടെ മറ്റു കുറെ സമാനാവസ്ഥജീവികളുമുണ്ട്. പക്ഷേ, ആരും മറ്റൊരാളെപ്പോലെ അല്ല. എല്ലാരും തീർത്തും വ്യത്യസ്തർ, പശ്ചാത്തലവും സ്വഭാവവും വെവ്വേറെ. പക്ഷേ, അവർക്കു പൊതുവായി ഒന്നുണ്ട്- വാർദ്ധക്യം. പച്ചമലയാളത്തിൽ പറഞ്ഞാൽ സേവനത്തിൽനിന്നു വിരമിച്ചാലുണ്ടാകുന്ന ഉഴലിച്ച! ജീവിതംകൊണ്ട് ഇനി എന്തു ചെയ്യണമെന്നു തനിക്കും, തന്നെക്കൊണ്ട് ഇനി എന്തുചെയ്യണമെന്ന് തന്നെ സ്നേഹിക്കുന്നവർക്കും അറിയാതാവുന്ന ദുർഘടാവസരം.

മാതാപിതാക്കളെ വൃദ്ധസദനങ്ങളിലാക്കുന്ന സന്തതികളെ ശകാരിക്കാനോ ശപിക്കാനോ അല്ല ഈ കൃതി മുതിരുന്നത്. എല്ലാ മക്കൾക്കും അവരുടേതായ പ്രശ്നങ്ങളുണ്ട്. മകന്റെ ഭാര്യയായി വരുന്ന അന്യപെൺകുട്ടിയോ മകളുടെ ഭർത്താവായി വരുന്ന അന്യപുരുഷനോ ദ്രോഹികളായി ചിത്രീകരിക്കപ്പെടുന്നില്ല. അവരും സാധാരണ മനുഷ്യരാണല്ലോ. അനതിവിദൂരമായ ഭാവിയിൽ തങ്ങളും ഈ അവസ്ഥയിൽ ആകുമെന്ന് സാമാന്യമായി അവർ തിരിച്ചറിയുന്നുമുണ്ട്.

ഏകാന്തതയാണ് മുഖ്യ ഇതിവൃത്തം. എത്ര വഴക്കിട്ടവരാണെന്നാലും എത്രയേറെ പൊരുത്തക്കേടുകൾ വെച്ചുപുലർത്തിയവരാണെന്നാലും ജീവിതപങ്കാളിയുടെ കൂട്ടുണ്ടാവുന്നത് വാർദ്ധക്യത്തിന്റെ ദുരിതങ്ങൾ തീർച്ചയായും കുറയ്ക്കുന്നു. ഒരാൾ തനിച്ചാകുമ്പോഴാണ് നിതാന്തമായ ദുരിതം തുടങ്ങുന്നത്. ഇവിടെ പരശു അയ്യരാണ് ഈ സ്ഥിതിയിലകപ്പെടുന്ന ഹതഭാഗ്യൻ. ഇദ്ദേഹത്തെപ്പോലെ കോടിക്കണക്കിനാളുകൾ ലോകത്തുണ്ടാകുമെന്നതാണ് ആഗോളമനഃസാക്ഷിയുടെ പ്രതിനിധിയായി ഇദ്ദേഹത്തെ മാറ്റുന്നത്. വൈദ്യശാസ്ത്രപുരോഗതി ശരാശരി മനുഷ്യായുസ്സ് വളരെ ദീർഘിപ്പിക്കയും ഉദ്യോഗത്തിൽനിന്ന് വിരമിക്കേണ്ട പ്രായപരിധി പഴയപടി തുടരുകയും ചെയ്യുന്നത് ഇവിടെ മാത്രമല്ലല്ലോ..

നർമ്മബോധത്തോടെ ബാലൻ കണ്ടെത്തുന്ന ഒരു പ്രധാനകാര്യം അധികാരവുമായി ബന്ധപ്പെട്ടതാണ്. ഏതുദ്യോഗത്തിനുമുണ്ട് അല്ലറ ചില്ലറ അധികാരങ്ങൾ. കുറച്ചു പേരെങ്കിലും താഴെ എന്നു പറയപ്പെടുന്ന അവസ്ഥയിൽ ഉണ്ടാവും. അവരിൽനിന്നു കിട്ടുന്ന വിധേയത്വം ഒരു ശീലവുമായിക്കഴിഞ്ഞിരിക്കും. ഈ വാഴ്ചയുടെ സുഖമാണ് ഒരുദിവസം അവസാനിക്കുന്നത്. ഇതോടെ, കാറ്റുപോയ ബലൂൺപോലെയായിപ്പോകുന്നു ജീവിതം! എന്തെന്തു സൗകര്യങ്ങൾ ആരെല്ലാം ഒരുക്കിക്കൊടുത്താലും പിന്നെ തൃപ്തി വരില്ല!

ഗ്രന്ഥകാരന്റെ മനുഷ്യഹൃദയജ്ഞാനം മറ്റു ചില കാര്യങ്ങൾകൂടി നർമ്മബോധത്തോടെ സൂചിപ്പിക്കുന്നുണ്ട്. പ്രായാധിക്യത്തിന്റെ പര്യായമായി കരുതപ്പെടുന്ന മാനസികദുരിതങ്ങളിൽ മിക്കതും സ്വയംകൃതാനർത്ഥങ്ങളാണ് എന്ന വാസ്തവം ഉദാഹരണം. ജീവിതാനുഭവങ്ങളിൽനിന്ന് കാലക്രമേണ പക്വത ആർജ്ജിച്ച് മനുഷ്യൻ വാർദ്ധക്യാവസാനത്തോടെ, മൂത്തു പഴുത്തു പാകമായ വെള്ളരിക്ക അതിന്റെ വള്ളിയിൽനിന്ന് കൊഴിഞ്ഞു പോകുന്നപോലെ, ഇഹലോകത്തെ വാസം അവസാനിപ്പിക്കണം എന്നാണ് പണ്ടുള്ളവർ പറഞ്ഞുതരുന്നത്. പക്ഷേ, നമ്മുടെ ഇടയിലെ വയോവൃദ്ധന്മാരിൽ മിക്കവാറും ജ്ഞാനവൃദ്ധരായിത്തീരാറില്ല. പകരം, അവർ, മൂത്തു പഴുത്തു പാകമാകുന്നതിനു പകരം, ചീഞ്ഞളിഞ്ഞുപോകുന്നു! ചൊട്ടയിലേ എന്നുപറയാവുന്ന രീതിയിൽ കയറിപ്പറ്റി ഒഴിയാബാധകളായിത്തീർന്ന പുഴുക്കുത്തുതന്നെ കാരണം.

കൊച്ചിയിൽ ഒരു വാനപ്രസ്ഥാശ്രമം നടത്തുന്ന സുഹൃത്തിനെ ഈയിടെ കണ്ടപ്പോൾ ഞാൻ പറഞ്ഞു- താനൊരു ഭാഗ്യവാൻതന്നെ! ഇത്രയും മുത്തശ്ശൻമാരുടെയും മുത്തശ്ശിമാരുടെയും സ്നേഹവും അറിവും തനിക്കു നിത്യാനുഭവമാണല്ലോ!

അദ്ദേഹം എന്നെ അമർത്തൊന്നു നോക്കി - എന്താ, എന്നെ കളിയാക്കുകയാണോ?

ഈശ്വരാ, അല്ലേ അല്ല! - ഞാൻ പറഞ്ഞു.

എങ്കിൽ കേട്ടോളുക എന്നു തുടങ്ങി അദ്ദേഹം അറിയിച്ചത് എന്നെ അക്ഷരാർത്ഥത്തിൽ ഞെട്ടിച്ചുകളഞ്ഞു! - ആശ്രമത്തിലെ താമസക്കാരിൽ മിക്കവാറുംപേർ പരാതിക്കാരും ആരുമായും സഹവസിക്കാൻ ഇഷ്ടമില്ലാത്തവരും, ഒരു കാര്യത്തിലും താല്പര്യം ഒട്ടുമേ ഇല്ലാത്തവരും നിർബ്ബന്ധബുദ്ധിക്കാരും ക്ഷിപ്രകോപികളും കടുംപിടുത്തക്കാരുമാണ്. അവരിൽ പലരും ഇവിടെവന്നു താമസിക്കുന്നത് അവരുടെ നല്ലവരായ കുട്ടികളുമായി ഒത്തുപോകാൻ കഴിയാഞ്ഞാണ്. യാതൊരു വിട്ടുവീഴ്ചയ്ക്കും തയ്യാറില്ലാത്തവരുമൊത്ത് ആർക്കു കഴിയും ജീവിക്കാൻ! നന്നായി ജീവിക്കുന്നവരും സല്പേരുള്ളവരുമായ മക്കളെ സമൂഹമദ്ധ്യത്തിൽ നാണം കെടുത്താൻ മാത്രം ആശ്രമത്തിൽ ചടഞ്ഞുകൂടുന്നവർപോലും ഉണ്ട്.

മനുഷ്യൻ തന്റെ ജീവിതത്തിൽ, കുറെ പ്രായമാകുമ്പോഴെങ്കിലും തന്നെപ്പറ്റിയല്ലാതെയും അല്പമെങ്കിലും ആലോചിച്ചു തുടങ്ങേണ്ടതല്ലേ? ഈ കാലത്ത് മറിച്ചാണ് സംഭവിക്കുന്നത്. പ്രായമേറുന്തോറും തന്നെപ്പറ്റിതന്നെയായിത്തീരുന്നു എല്ലാ രാവും പകലും എല്ലാ ചിന്തയും! ഭക്തിപരവശരായി അമ്പലങ്ങൾതോറും അലയുന്നവരിൽ മിക്കവരും തങ്ങൾക്കു വേണ്ടി മാത്രം പ്രാർത്ഥിക്കാനാണ് പാടുപെടുന്നത്. ഭൗതികതയിന്മേലുള്ള ഊന്നലിന് ആക്കം കൂടുന്ന വർത്തമാനകാല സാഹചര്യം സത്യത്തിൽ പഴയ കാലത്തുനിന്നുള്ള ഒരു അവസ്ഥാന്തരമാണ്.

അച്ഛനമ്മമാരെ വൃദ്ധസദനങ്ങളിലാക്കി സുഖവാസം കൊള്ളുന്ന സന്തതികളെ ചിത്രീകരിച്ച് ശകാരവർഷം ചൊരിയുന്നത് ഇക്കാലത്ത്

എല്ലാ മാദ്ധ്യമങ്ങളുടെയും ഹരങ്ങളിലൊന്നാണ്. സാഹിത്യകൃതികളും ഇതുതന്നെ വഴി എന്നു നിശ്ചയിച്ച മട്ടാണ്. ശരിയാണ്, നാട്ടിൽ അത്തര ക്കാരുണ്ടാവാം. പക്ഷേ, പ്രശ്നത്തിന്റെ കാതലായ അംശം, ഇരുപ ക്ഷത്തും പെരുകുന്ന സ്നേഹശൂന്യതയാണ്. രണ്ടു തലമുറകളും ഇക്കാ ര്യത്തിൽ ഒരുപോലെ കുറ്റക്കാരാണ് എന്നർത്ഥം. അനുഭവസമ്പന്നത കൂടു തൽ ആർജ്ജിച്ചവരല്ലേ യഥാർത്ഥത്തിൽ കൂടുതൽ ഉത്തരവാദികൾ? പിടി ച്ചതാരായാലും മുയലിന് കൊമ്പില്ലെന്ന് അവരെങ്കിലും അറിയണ്ടേ?

സത്യം കാണുന്നവനും പറയുന്നവനുമാണ് കവി എന്നാണ് പ്രമാണം. മാനുഷികാവസ്ഥയിലെ ഒരു ധർമ്മസങ്കടത്തിന് കാരണമായ സത്യസ്ഥിതി ഈ കൃതി കണ്ടെത്തുന്നു. അതുതന്നെയാണ് ഇതിന്റെ സാരവത്തായ കാലികപ്രസക്തിയും. വിരമിച്ചവരെയും വിരമിക്കാനിരി ക്കുന്നവരെയും ചില ചൂണ്ടുപലകകൾ കാണിച്ച് ശരിയായ വഴി തിരിച്ചു വിടാൻ ഈ കൃതിക്കു കഴിയുമെന്നുറപ്പാണ്. നർമ്മത്തിന്റെ മേമ്പൊടി വേണ്ടുവോളമുള്ള കഷായമായതിനാൽ ഒറ്റയിരിപ്പിന് ചെറുചിരിയോടെ അകത്താക്കാനും കഴിയും.

സാധാരണമനുഷ്യർ സംസാരിക്കുകയും മറ്റാവശ്യങ്ങൾക്ക് ഉപയോ ഗിക്കുകയും ചെയ്യുന്ന ഭാഷയിലാണ് ഈ കൃതിയുടെ രചന എന്ന് നേരത്തെ പറഞ്ഞല്ലോ. ചിലപ്പോൾ ഇതിനത് ഒരു അയോഗ്യതയാകുമോ എന്നു നിശ്ചയമില്ല! ആ ഭാഷ പാടില്ല എന്നാണല്ലോ ഇപ്പോൾ ചിലരുടെ എഴുത്തുസങ്കല്പത്തിലെ പിടിവാശികളിലൊന്ന്. പക്ഷേ, ഈ പിടിവാ ശിക്കാർ ഒന്നും വായിക്കാറില്ലെന്നും വായിക്കുന്നവർക്ക് ഇതിനു വിപരീ തമായ വാശിയാണ് പ്രമാണമെന്നും തീർച്ചയായത് ഒരു വലിയ ആശ്വാസം തന്നെ. ഇന്നും കൂടുതലാളുകളും തെരഞ്ഞുപിടിച്ചു വായി ക്കുന്നത് നല്ല മലയാളമാണല്ലോ! ദൈവത്തിനു സ്തുതി!

പ്രിയങ്കരനായ ഒരു ആജീവനാന്ത സുഹൃത്തിന്റെ പക്വമധുരമായ ഈ കൃതി വായനക്കാരുടെ മുന്നിൽ അവതരിപ്പിക്കാൻ കിട്ടുന്ന അവ സരം എനിക്കു ജന്മസുകൃതമാണ്. ഈ കൃതി അതിനർഹമായ വിതാന ത്തിലേക്ക് ഉയരുമാറാകട്ടെ എന്ന് പ്രാർത്ഥിക്കുന്നു.

# ഒന്ന്

**എ**ക്കൗണ്ടന്റ് ജനറലാഫീസിലെ സെക്ഷൻ ഓഫീസർ- പരശുരാമയ്യർ. സ്നേഹിതന്മാർ പിച്ചു അയ്യർ എന്ന് വിളിക്കുന്നു. സ്നേഹമില്ലാത്തവരും ശത്രുക്കളും ബിച്ചു*അയ്യർ എന്നാണ് ശബ്ദം താഴ്ത്തി വിളിക്കുക. അദ്ദേഹം പെൻഷൻ പറ്റി പിരിയുകയാണ്. സഹപ്രവർത്തകർ ആളൊന്നിക്ക് അഞ്ചുരൂപ വീതം പിരിവെടുത്ത് നല്കുന്ന യാത്രയയപ്പ്. കശ്മലനായ ഒരോഫീസർക്ക് വേണ്ടി ചെലവഴിച്ച അഞ്ചു രൂപയുടെ നഷ്ടം ഇനി അയാളെക്കൊണ്ടുള്ള ശല്യം തീർന്നുവല്ലോ എന്ന സന്തോഷത്തിന്റെ തിരത്തള്ളലിൽ ഒലിച്ചുപോയി. കടലാസ് പ്ലെയ്റ്റുകളിൽ സമോസയും മിക്സ്ചറും ബിസ്കറ്റുകളും തീർന്നുതുടങ്ങിയപ്പോഴേക്കും അനുമോദന പ്രസംഗങ്ങളും ആശംസകളും അവസാനിച്ചു. കഴുത്തിലെ ഷാളും കൈയിലെ പൂച്ചെണ്ടും മേശപ്പുറത്ത് വെച്ച് പിച്ചു അയ്യർ സദസ്സിനെ അഭിമുഖീകരിച്ചു:

"എന്നെക്കുറിച്ച് നിങ്ങൾ പറഞ്ഞ നല്ല വാക്കുകൾക്ക് നന്ദി. പറയാൻ മടിച്ച് മനസ്സിൽ അമർത്തിവെച്ചിട്ടുള്ള ചീത്ത വാക്കുകൾക്കും ശകാരങ്ങൾക്കും നന്ദി. ഷെയ്ക്സ്പിയർ പറഞ്ഞത് അല്പം ഭേദഗതികളോടെ പറഞ്ഞാൽ, ഒരുത്തന്റെ സദ്ഗുണങ്ങൾ മാത്രം അവൻ വിടവാങ്ങുമ്പോൾ സഹപ്രവർത്തകർ ഓർമ്മിക്കുന്നു. ദുർഗ്ഗുണങ്ങൾ ഔദ്യോഗിക ജീവിതത്തോടൊപ്പം വിസ്മരിക്കപ്പെടുന്നു.

നാളെ മുതൽ ഈ ദുഷ്ടനെക്കൊണ്ടുള്ള ശല്യം തീർന്നല്ലോ എന്ന ആശ്വാസം ഞാൻ പല മുഖങ്ങളിലും കാണുന്നു. പ്രിയമുള്ളവരേ, ഞാൻ കണിശക്കാരനായിരുന്നു, മുൻകോപിയായിരുന്നു, പിടിവാശിക്കാരനായിരുന്നു, കൃത്യവിലോപങ്ങൾ പൊറുക്കാത്തവനായിരുന്നു. ഒക്കെ ശരി

---

* തേൾ

തന്നെ. ഒന്നും നിഷേധിക്കുന്നില്ല. എന്നാൽ ഞാനൊരു ദുഷ്ടനായിരുന്നില്ല എന്ന് മാത്രം സവിനയം നിങ്ങളെ അറിയിക്കട്ടെ. എന്റെ സ്വഭാവത്തിന് ഏങ്കോണിപ്പുകളും പൊത്തുകളും പോതുകളുമൊക്കെ ഉണ്ടായിരുന്നു. അതൊക്കെ ചെത്തി മിനുക്കി ചിന്തേരിടാൻ ഞാൻ ശ്രമിച്ചില്ല. ഞാൻ എങ്ങനെയോ അങ്ങനെ. എനിക്ക് ദ്വന്ദവ്യക്തിത്വം ഉണ്ടായിരുന്നില്ല. ഓഫീസിൽ ഒരാളും വീട്ടിൽ മറ്റൊരാളുമാകുന്ന ജാലവിദ്യ എനിക്കതീതമായിരുന്നു. വാർണ്ണീഷിട്ട് മിനുക്കിയ വാക്കുകൾ എന്റെ പിടിയിൽനിന്ന് എപ്പോഴും വഴുതിപ്പോയി.

കരടു പകർപ്പിൽ പ്രമാദങ്ങൾ എഴുതിവെച്ച ഫയൽ ശങ്കരനാരായണന്റെ മുഖത്തേക്ക് വലിച്ചെറിഞ്ഞത് തെറ്റാണെന്ന് എനിക്കിപ്പോഴും തോന്നുന്നില്ല. ഉപ്പു തിന്നവൻ വെള്ളം കുടിക്കണം. ആ തത്ത്വം നമ്മളെ ഭരിക്കുന്നവർ മാനിച്ചിരുന്നെങ്കിൽ ഇന്ന് നിങ്ങൾ നിത്യേനയെന്നോണം പത്രങ്ങളിൽ വായിക്കുന്ന എത്രയോ നാണക്കേടുകളും കെടുകാര്യസ്ഥതകളും അപകീർത്തിയും ധനനഷ്ടവും ഒഴിവാക്കാമായിരുന്നു! കൂടുതൽ വിശദീകരിക്കുന്നില്ല.... തെറ്റു ചെയ്യുന്നവൻ ആരായിരുന്നാലും ശിക്ഷ അനുഭവിക്കണം. ശിക്ഷിക്കാനുള്ള അധികാരമോ സാഹചര്യമോ ഇല്ലെങ്കിൽ കുറഞ്ഞപക്ഷം താൻ ചെയ്തത് തെറ്റാണെന്ന്, മറവിക്ക് പഴുതില്ലാത്ത വിധം, ബോദ്ധ്യപ്പെടുത്തി കൊടുക്കുകയെങ്കിലും വേണം. ഞാനതേ ചെയ്തുള്ളൂ. അത് മാത്രമേ ചെയ്തുള്ളൂ. അതുകൊണ്ടാവാം എനിക്ക് ശങ്കരനാരായണന്റെ കാര്യത്തിൽ കുറ്റബോധമില്ലാത്തത്. വേറെ പല സന്ദർഭങ്ങളിലും എനിക്ക് പിഴകൾ പറ്റിയിട്ടുണ്ടാവാം...

ഞാനറിയാതെ ചെയ്ത് പോയിട്ടുള്ള പിഴകൾക്ക് നിങ്ങളോരോരുത്തരോടും നിർവ്യാജം മാപ്പു ചോദിക്കുന്നു. അത്തരം പിഴകൾക്ക് ഇനി പ്രായശ്ചിത്തം ചെയ്യാനുള്ള സമയം ഇല്ലല്ലോ എന്നതിൽ എനിക്ക് കുണ്ഠിതവും സമാധാനവുമുണ്ട്. ഇഹലോകത്തിലെ പിഴകൾക്ക് പരലോകത്തിൽ വിചാരണയും ശിക്ഷാവിധികളുമുണ്ടെങ്കിൽ അത് ഇരുകൈയും നീട്ടി സ്വീകരിക്കുവാൻ ഈയുള്ളവൻ സന്നദ്ധനാണ്.

ഞാൻ *ഗീത*യും *ഭാഗവത*വുമൊക്കെ വായിക്കുന്ന കൂട്ടത്തിലാണ്. ഗായത്രിയും ജപിക്കാറുണ്ടായിരുന്നു. എന്നാൽ പെട്ടിക്കടകളിൽനിന്നും കാസറ്റ് ഷോപ്പുകളിൽനിന്നും എപ്പോഴും 'ഓം തത് സവിതുർ വരേണ്യം ഭർഗോധീമസ്യ ധീമഹീ..' എന്ന് കേട്ട് തുടങ്ങിയപ്പോൾ ആ പതിവ് നിറുത്തി. മനസ്സിന്റെ ക്ഷോഭങ്ങളും ദുർവ്വാസനകളും അടക്കാൻ ആശ്രയിക്കാറുള്ള ഏകാന്തസങ്കേതങ്ങളും പുഴയോരങ്ങളും കുന്നിൻ ചെരിവുകളും കടൽത്തീരങ്ങളും ക്ഷേത്രസന്നിധികളും ധ്യാനകുടീരങ്ങളും അപ്രത്യക്ഷമായിക്കൊണ്ടിരിക്കുന്നു. അവയ്ക്ക് ദിനംപ്രതി രൂപമാറ്റം സംഭവിച്ചുകൊണ്ടിരിക്കുന്നു. കാലക്രമത്തിൽ പ്രകൃതി നടത്തുന്ന അഴിച്ചു പണിയൊന്നുമല്ല അത്. അത്യാഗ്രഹികളായ മനുഷ്യർ നടത്തുന്ന അക്രമങ്ങൾ കൊണ്ട് ഈ ഭൂമുഖം വൈരൂപ്യപ്പെടുന്നത് നിങ്ങളും കാണുന്നുണ്ടാവുമല്ലോ. മനസ്സിന്റെ ഭാരങ്ങൾ ഇറക്കിവെക്കാനുള്ള അത്താണികൾ സ്വയം

കൃതാനർത്ഥങ്ങൾകൊണ്ട് നടുവൊടിഞ്ഞ് തകർന്നുവീഴാൻ തുടങ്ങിയിരിക്കുന്നു. അവ നമുക്ക് എന്നെന്നേക്കുമായി നഷ്ടപ്പെട്ടുകൊണ്ടിരിക്കുന്നു. ശേഷിക്കുന്നവ അഴിഞ്ഞാട്ടക്കളരികളാണ്. കോപതാപാദികൾ, രോഗം ശരീരത്തെയെന്നപോലെ, മനസ്സിനെ ജീർണ്ണിപ്പിക്കുന്നു. കുറെയൊക്കെ ജീർണ്ണിച്ച മനസ്സുമായിട്ടാണ് നിങ്ങളോട് വിട പറയുന്നതെന്നോർക്കുമ്പോൾ ഒരു വല്ലായ്മയുണ്ട്. മനസ്സിൽ പാടകെട്ടി കിടക്കുന്ന ഖേദം ചെയ്ത തെറ്റുകൾക്കുള്ള പ്രായശ്ചിത്തമാണ്; പരിഹാരമല്ല. കാര്യശേഷിയും ആത്മാർത്ഥതയുമുള്ള വസുന്ധര, കുഞ്ഞിന് സുഖമില്ലാത്തതുകൊണ്ട്, മുൻകൂർ അനുവാദമില്ലാതെ, രണ്ട് ദിവസം ലീവെടുത്തപ്പോൾ ഞാൻ പുകഞ്ഞ് കത്തി. കുട്ടികളുണ്ടായാൽ നോട്ടീസ് കൂടാതെ അസുഖം വരുമെന്നും അപ്പോൾ അമ്മമാർ അവരോടൊപ്പം ഉണ്ടായിരിക്കേണ്ടത് അത്യാവശ്യമാണെന്നും ഓർക്കാനുള്ള വിവേകം പോലും എനിക്കില്ലാതെ പോയി. ഇന്നാണെങ്കിൽ ഒരുപക്ഷേ, ഞാൻ മിതത്വം പാലിച്ചേനെ. സമീപകാലത്ത് വലിയ കൊമ്പത്തിരിക്കുന്നവർ അന്യരുടെ പൂക്കളും ഇലകളും തല്ലിക്കൊഴിക്കുന്നതുപോലുള്ള പാതകമൊന്നുമല്ലല്ലോ വസുന്ധര ചെയ്തത്. വസുന്ധരയുടെ ദുഃഖകുലമായ മുഖവും നനഞ്ഞ കണ്ണുകളും ഒരു ശാപം പോലെ എന്നെ പിന്തുടരുന്നു. സഹോദരീ, മാപ്പ്.

വിജയകൃഷ്ണന്റെ പ്രമോഷൻ തടഞ്ഞുവെച്ചതും സീതാരാമനെ സ്ഥലം മാറ്റിയതും പരമേശ്വരൻ നായരെ സസ്പെന്റ് ചെയ്തതും ഞാൻ ചെയ്ത ഘോരകൃത്യങ്ങളായി നിങ്ങൾ കരുതുന്നുണ്ടാവും. ഞാൻ നിങ്ങളുടെ ധാരണകൾ മാറ്റാൻ ശ്രമിക്കുകയല്ല. ജോലിയിൽനിന്ന് പിരിഞ്ഞ് പോകുന്നവന് ഒരു സ്വഭാവ സർട്ടിഫിക്കറ്റിന്റെ ആവശ്യമില്ലല്ലോ. എങ്കിലും പറയട്ടെ, എന്നിൽ നിക്ഷിപ്തമായിരുന്ന ചില കർത്തവ്യങ്ങൾ നിറവേറ്റുക മാത്രമാണ് ഞാൻ ചെയ്തത്. നാളെ നിങ്ങളിലൊരാൾ ആ കസേരയിൽ ചെന്നിരിക്കുമ്പോൾ ഇങ്ങനെ ചിലതൊക്കെ ചെയ്യേണ്ടിവരും. അപ്പോൾ നിങ്ങൾ ഓർത്തെന്നും വരാം, ആ സ്വാമി ചെയ്തത് ശരിയാണ്... ഞാൻ ചെയ്തതൊക്കെ ശരിയാണെന്ന് സ്ഥാപിക്കാൻ ശ്രമിക്കുകയല്ല. ഉത്തരവാദിത്വമുള്ള ഒരുദ്യോഗസ്ഥന് എല്ലായ്പ്പോഴും എല്ലാവർക്കും തൃപ്തികരമായ തീരുമാനങ്ങൾ എടുക്കുക സാദ്ധ്യമല്ല. ചിലരെയൊക്കെ മുഷിപ്പിക്കേണ്ടി വരും. ഇറ്റ്സ് പാർട്ട് ഓഫ് ദ ഗെയിം.

ഞാൻ സർവ്വീസ് നിയമങ്ങൾ വിട്ടുവീഴ്ചയില്ലാതെ അക്ഷരംപ്രതി പാലിച്ചത് ശരിയോ തെറ്റോ എന്ന് തീർപ്പ് കല്പിക്കേണ്ടത് ഞാനല്ല. എല്ലാ ചോദ്യങ്ങൾക്കും ശരിയുത്തരം മാത്രമെഴുതേണ്ട ചോദ്യക്കടലാസ്സാണോ ജീവിതം? എന്തെങ്കിലും ചെയ്യുന്നവർ ചിലപ്പോൾ തെറ്റുകളും ചെയ്യുന്നു. (ഒന്നും ചെയ്യാത്തവർക്ക് അങ്ങനെയൊരു പ്രശ്നമില്ല.) തെറ്റുകൾ തിരുത്താനുള്ള സന്ദർഭങ്ങൾ അപൂർവ്വമായേ ലഭിക്കാറുള്ളൂ. ലോകത്തിലെ മഹാന്മാരുടെ ജീവിതം പരിശോധിച്ചാലും ഇത് ബോദ്ധ്യമാവും. അവർ തെറ്റുകൾ തിരുത്തുകയല്ല, തെറ്റുകളിൽ കൂടി ശരിയന്വേഷിക്കുകയാണ് ചെയ്തത്. നിസ്സാരനായ എനിക്ക് അതിനും കഴിഞ്ഞില്ല എന്ന സത്യ

ത്തിന്റെ ഭാരമേറിയ കല്ല് നെഞ്ചിലുണ്ട്.

ഞാൻ വേണ്ടതും വേണ്ടാത്തതുമായി എന്തെല്ലാമോ പറഞ്ഞു. നിങ്ങളോട് എന്ത് പറയണം എന്ന് മുൻകൂട്ടി തയ്യാറെടുത്ത് വന്നതല്ല. നിങ്ങളെ എല്ലാവരേയും കൂടി കണ്ടപ്പോൾ, നാളെ ഇങ്ങനെ കാണില്ലെന്ന് ഓർത്തപ്പോൾ വാക്കുകൾ സ്വയം രൂപംകൊണ്ടു.

നാളെ മുതൽ എങ്ങനെ ജീവിക്കണമെന്നോ ദിനചര്യകൾ എങ്ങനെ ചിട്ടപ്പെടുത്തണമെന്നോ ഒന്നും തീരുമാനിച്ചിട്ടില്ല. ഒരു പുതിയ ദിവസം കൺചിമ്മിയുണർന്ന് കൈകാൽ കുടഞ്ഞ് ചിരിക്കുമ്പോൾ ഞാനതിനെ വാരിപ്പുണരും... അത്രതന്നെ. വാർദ്ധക്യം ഒരു രോഗമോ ശാപമോ അല്ലെന്നാണ് എന്റെ വിശ്വാസം. ജീവിതത്തിന്റെ സ്വാഭാവികമായ പരിണാമദശകളിലൊന്നാണതും. ബാല്യത്തേയും കൗമാരത്തേയും യൗവനത്തേയും നാം സന്തോഷത്തോടെ സ്വീകരിക്കുന്നതുപോലെ വാർദ്ധക്യത്തേയും സ്വീകരിക്കുക. കർമ്മോന്മുഖമായി ജീവിക്കുക. പിറന്നു വീഴുന്ന ഓരോ ദിവസത്തേയും നവജാതശിശുവിന്റെ മുഖമായി കാണുക... എന്നൊക്കെയാണ് ആഗ്രഹം." പിച്ചു അയ്യർ കൈ കൂപ്പി. ഒരുനിമിഷം കണ്ണടച്ച് പ്രാർത്ഥിച്ചു. പിന്നെ സ്റ്റേജിൽനിന്ന് മെല്ലെ ഇറങ്ങി സദസ്യരുടെ ഇടയിലേക്ക് നടന്നു.

പൂമാലയും പൂച്ചെണ്ടും ഷാളുമായി ഓഫീസ് ജീപ്പിൽ വന്നിറങ്ങിയ അപ്പാവെ കാത്ത് മക്കൾ മൂന്നുപേരും എത്തിയിരുന്നു. രാശാമണി, കണ്ണൻ, വൈത്തി. അപ്പാവുടെ കൈയിലെ പൂച്ചെണ്ടുകളിലെ പൂക്കൾ മാത്രമേ ചിരിച്ചിരുന്നുള്ളൂ എന്ന് മക്കൾ പെട്ടെന്ന് കണ്ടുപിടിച്ചു. അപ്പാവുടെ മുഖം മ്ലാനവും സന്ധ്യപോലെ ഇരുണ്ടതുമായിരുന്നു. പിച്ചു അയ്യർ മക്കളെ മൂന്നു പേരേയും മാറിമാറി നോക്കി. അച്ഛനെ ഇനിയുള്ള കാലം പരിരക്ഷിക്കാൻ വേണ്ടത്ര ആരോഗ്യവും തടിമിടുക്കുമുള്ള മൂന്നു മക്കളുള്ളപ്പോൾ പിച്ചു അയ്യർക്ക് പരിഭ്രാന്തിയെന്തിന്? ആകാംക്ഷയെന്തിന്?

അയ്യർ മക്കളോട് ചോദ്യരൂപത്തിൽ ആരാഞ്ഞു.

"ഊം...?"

മക്കൾ ഒന്നും പറയാതിരുന്നപ്പോൾ ചോദിച്ചു.

"എന്താ ഇന്ന് എല്ലാവരും ലീവെടുത്തോ?"

"ലീവെടുത്തില്ല. കൊറച്ച് നേരത്തെ ഇറങ്ങി."

"എന്നത്ത്ക്കെഡാ?"

അവർ പരസ്പരം നോക്കിയപ്പോൾ അതിൽ ഏതോ രഹസ്യം ഒളിച്ചിരിക്കുന്നുണ്ടെന്ന് തോന്നി.

"നീങ്കളെല്ലാം എന്നമോ യോശിത്ത് താൻ വന്തിരിക്ക്ത്. ടെൽ മി വോട്ട് ഇറ്റ് ഈസ്."

"അപ്പാവുടെ മനസ്സിൽ എന്തൊക്കെ പരിപാടികളാണുള്ളത്?"

"അതിന് മുമ്പ് നീയൊക്കെ എന്ത് പരിപാടിയുമായിട്ടാണ് വന്നിരിക്കുന്നതെന്ന് പറയ്.."

"ഇനി പ്രത്യേകിച്ച് ഒന്നും ചെയ്യാനില്ലാത്തതുകൊണ്ട് ഇവിടെ

ത്തന്നെ താമസിക്കണമെന്നുണ്ടോ വല്ലപ്പോഴും എന്റേയും വൈത്തിയുടേയും വീട്ടിലും താമസിക്കാമല്ലോ."

പിച്ചു അയ്യർ ഉറക്കെ ചിരിച്ചു, "ഐഗോട്ട് ദ മെസ്സേജ്, ഭാഗപ്പിരിവിന്നൈ.." മൂന്നു മക്കളുടേയും വീട്ടിൽ മാറിമാറി താമസിക്കാം, അല്ലേ, പിതൃസ്നേഹം തുല്യതൂക്കത്തിലും അളവിലും! എന്തു നല്ല ആശയം. മക്കൾ അച്ഛനെ നോക്കിയില്ലെന്ന പരാതിയില്ല. ഒരാൾ അധികം നോക്കി മറ്റേയാൾ കുറച്ചേ നോക്കിയുള്ളൂ എന്ന ആക്ഷേപമില്ല. അതുകൊണ്ട് അച്ഛന്റെ സമ്പാദ്യം കൃത്യം മൂന്നായി ഭാഗിക്കാം.

എന്റെ മക്കൾ അതിന് വെച്ച വെള്ളം വാങ്ങി പുറത്തേക്ക് ഒഴിച്ചോളിൻ. നിങ്ങടെ പടി നെരങ്ങാൻ പിച്ചു അയ്യരെ കിട്ടില്ല.

"എന്നാലേയ്, എന്റെ മക്കള് ബുദ്ധിമുട്ടണമെന്നില്ല. അന്ത്യകാലത്ത് തിണ്ണനെരങ്ങരുതെന്ന് കരുതിയാണ് ചിട്ടി പിടിച്ചും ലോണെടുത്തും ഞാനീ ഫ്ളാറ്റ് സംഘടിപ്പിച്ചത്. അതുകൊണ്ട് ഞാനിവിടെ തന്നെ താമസിക്കും. ഇവിടെത്തന്നെ കിടന്ന് മരിക്കും. നീക്കുപോക്കില്ല നിങ്ങൾക്ക് പോകാം."

"ഞങ്ങൾ ആ അർത്ഥത്തിലല്ല... രാശാമണിയും ഭാഗ്യവും ഓഫീസിലേക്കും സുബ്ബുഡു സ്കൂളിലേക്കും പോയാൽ അപ്പ ഒറ്റയ്ക്കിരുന്ന് മുഷിയില്ലേ?"

"മുഷിയുമെന്ന് കരുതി വസ്ത്രം ഉടുക്കാതിരിക്കോ?"

പിച്ചു അയ്യർ ചിരിച്ചു. മക്കൾ ചിരിയിൽ പങ്കുകൊണ്ടില്ല.

അവർ തെല്ലിടകൂടി ഇരുന്ന് പോകാൻ തുടങ്ങിയപ്പോൾ പിച്ചു അയ്യർ പറഞ്ഞു.

"മക്കളുടെ വീട്ടിൽ പോകാൻ എന്നെ ആരെങ്കിലും ക്ഷണിക്കണോ. ആരുടേയെങ്കിലും അനുവാദം വേണോ. നാൻ വരുവേൻഡാ. നിങ്ങൾ നിമ്മിതിയാ പോവിൻ."

കണ്ണനും വൈത്തിയും പോയതിനുശേഷം പിച്ചു അയ്യരും രാശാമണിയും തനിച്ചായെങ്കിലും പിച്ചു അയ്യർ അവനോട് ഒന്നും ചോദിച്ചില്ല. മൂന്നുപേരും കൂടി ആലോചിച്ചതിനുശേഷമുള്ള നീക്കമായിരിക്കുമല്ലോ അത്.

# രണ്ട്

**കാ**ലത്ത് പതിവുള്ള സമയത്തുതന്നെ ഉണർന്നു. കുളിയും പൂജയും നാമജപങ്ങളും മുറ തെറ്റാതെ. നെറ്റിയിൽ വിഭൂതിയും ചന്ദനവും തൊട്ടു. മരുമകൾ സ്റ്റീൽഗ്ലാസിൽ ഡവറകൊണ്ട് അടച്ചുവെച്ചിരുന്ന കാഫിയെടുത്ത് കുടിച്ചു. തണുത്താറിയിരിക്കുന്നു. ഡിക്കോക്ഷൻ കാഫിയിൽനിന്ന് ആവി പറക്കുമ്പോഴുള്ള സുഗന്ധം നഷ്ടപ്പെട്ടത് സരോജയോടൊപ്പമാണ്. അത് മരുമകളോട് പറയാനാവുമോ. കാലത്ത് അവൾക്കാകെ പിടച്ചിലാണ്. പ്രാതൽ, ഉച്ചഭക്ഷണം, മകനും മരുമകൾക്കുമുള്ള ഡബ്ബകൾ, സുബ്ബുഡുവിന് സ്കൂളിലേക്കുള്ള ടിഫിൻ... ഗ്യാസ് സ്റ്റൗവിന്റെ ചൂടുതട്ടി വാടിക്കരിഞ്ഞ് വിയർത്തൊലിച്ച് വരുന്ന അവളുടെ മുഖം തനിക്ക് ജനിക്കാതെപോയ മകളുടെ മുഖമായി മാറുന്നു. നൂറു കൂട്ടം കാര്യങ്ങൾ ചെയ്തിട്ട് വേണം അവൾക്ക് പുറത്ത് കടക്കാൻ. പിന്നെ റെയിൽവേ സ്റ്റേഷനിലേക്ക് ഒരോട്ടമാണ്. ആ ഓട്ടത്തിനിടയിൽ പെൻഷൻ പറ്റി വീട്ടിലിരിക്കുന്ന താൻ അവൾക്കൊരാശ്വാസമാണോ, അതോ ഭാരമോ?

കാലം തെളിയിക്കും...

പിച്ചു അയ്യർ പത്രമെടുത്ത് അരിച്ചു പെറുക്കി വായിക്കാൻ തുടങ്ങി. ഓഫീസിൽ പോകാറുള്ളപ്പോൾ തലക്കെട്ടുകളിലൂടെ കണ്ണോടിക്കാറേ പതിവുള്ളൂ. സാമ്പത്തിക വർഷം അവസാനിക്കാറാവുമ്പോൾ പത്രം കാണാറേയില്ല. മനസ്സിൽ നിറയെ അക്കങ്ങൾ മാത്രം. ഇനി ധൃതി പിടിക്കേണ്ട കാര്യമില്ലല്ലോ. പിച്ചു അയ്യർ ഈസിച്ചെയറിൽ അമർന്നിരുന്നു. പത്രമെടുത്ത് മലർക്കെ തുറന്നു. പത്രത്തിൽ അക്ഷരങ്ങളല്ല കാണുന്നത്, മുഖങ്ങളാണ്. നീണ്ട സേവനകാലത്തിനിടയിൽ കണ്ടുമുട്ടിയ നിരവധി മുഖങ്ങൾ. എല്ലാ മുഖങ്ങളും തിരിച്ചറിയാനാവുന്നില്ല. പല മുഖങ്ങളും

വാർദ്ധക്യവും ജരാനരകളും ബാധിച്ച് തിരിച്ചറിയാനാവാത്ത വിധം അപരിചിതമായിരിക്കുന്നു. തിരിച്ചറിയാൻ കഴിയുന്നത് വിജയകൃഷ്ണന്റേയും സീതാരാമന്റെയും വസുന്ധരയുടെയും പരമേശ്വരൻ നായരുടെയും മുഖങ്ങൾ മാത്രം. അവസാന കാലത്ത് തന്നോടൊപ്പം ജോലി ചെയ്തിരുന്നവർ. താൻ മനപ്പൂർവ്വമല്ലാതെ ഉപദ്രവിച്ചിട്ടുള്ളവർ. മറ്റുള്ളവരൊക്കെ ചരമകോളത്തിൽ നിന്ന് ഉയിർത്തെഴുന്നേറ്റവരെപ്പോലെ അപരിചിതർ... പിച്ചു അയ്യർ ചരമപേജിലെ ഓരോ ഫോട്ടോയും അടിക്കുറിപ്പുകളും സവിസ്തരം പരിശോധിച്ചു. ചില പേരുകളിൽ പരിചയഗന്ധം ഉള്ളതുപോലെ... ഒരു ദിവസം തന്റെ ഫോട്ടോയും വരും. അടിക്കുറിപ്പ്:

സി എസ് പി അയ്യർ
(റിട്ടയേർഡ് സെക്ഷൻ ഓഫീസർ, എജീസ് ഓഫീസ്)
23-10-2018 ന് ഇഹലോകവാസം വെടിഞ്ഞ വിവരം വ്യസനസമേതം അറിയിച്ചുകൊള്ളുന്നു. സന്തപ്തരായ കുടുംബാംഗങ്ങൾ. മക്കൾ: കണ്ണൻ, മീനാക്ഷി അമ്മാൾ, വൈദ്യനാഥൻ (വൈത്തി), കമല, രാജാമണി (രാശാമണി), ഭാഗ്യലക്ഷ്ണി. പേരക്കുട്ടി: സുബ്രഹ്മണ്യൻ.

(താൻ പല പ്രസിദ്ധരായ ജ്യോത്സ്യന്മാരോടും ദശാപഹാരങ്ങളെക്കുറിച്ചും കാലദോഷങ്ങളെക്കുറിച്ചും ചോദിച്ചറിഞ്ഞിട്ടുള്ളതുകൊണ്ടാണ്, മരണദിവസം കണക്കാക്കിയത്. നിസ്സാരമായ നീക്കുപോക്കുകൾ ഉണ്ടാകാമെങ്കിലും അമ്പേ തെറ്റുമെന്ന് കരുതുന്നില്ല.)

വാർത്ത പത്രത്തിൽ കൊടുക്കുന്നത് രാശാമണിയാവും. പത്രങ്ങളും പരസ്യലോകവുമാണല്ലോ അവന്റെ വിഹാര രംഗം. കണ്ണൻ മൂത്തവനായതുകൊണ്ട് അവന് അധികം പഠിക്കാനൊന്നും കഴിഞ്ഞില്ല. തന്നെ സഹായിക്കാൻ ചുമതലകൾ തോളിലേറ്റി. ഒരു ചെറിയ ഗുജറാത്തി കമ്പനിയിലെ പഴയ ടൈപ്പ് റൈറ്ററായി മാറിയിരിക്കുന്നു, കണ്ണൻ. അവൻ നടക്കുമ്പോഴും ഞെരക്കങ്ങളും അപശബ്ദങ്ങളുമുണ്ട്. വൈത്തി പഠിപ്പിൽ കേമനായിരുന്നില്ല. പക്ഷേ, വാചകമടിയിൽ അതി സമർത്ഥൻ. ആരേയും വീഴ്ത്തും. വൈത്തി കാലത്ത് കറുത്ത പാന്റ്സും ഫുൾ സ്ലീവ്സുള്ള വെള്ള ഷർട്ടും ടൈയും കെട്ടി ഇറങ്ങിയാൽ ഏതെല്ലാം ലോകങ്ങളിലാണ് സഞ്ചരിക്കുന്നതെന്ന് ആർക്കും നിശ്ചയമില്ല. ഒരുപക്ഷേ, വൈത്തിക്കും മുൻധാരണകളുണ്ടാവില്ല. എന്തായാലും അവൻ സാമാന്യം ഭേദപ്പെട്ട സ്ഥലത്ത് സ്വന്തമായി ഫ്ളാറ്റ് വാങ്ങി. ഗ്യാസ് ഏജൻസിയിൽ ജോലി ചെയ്തിരുന്ന കമലയെ തിരുമണം ചെയ്തു. ഇപ്പോൾ ഗ്യാസ് ഏജൻസി അവരാണ് നടത്തുന്നതെന്ന് കേട്ടു. പിച്ചു അയ്യരോട് പറഞ്ഞിട്ടില്ല. മക്കളുടെ മനസ്സിന്റെ മുക്കും മൂലയും തപ്പി നടക്കുന്നവനല്ല പിച്ചു അയ്യർ.

രാശാമണി ചരമവാർത്തയോടൊപ്പം അപ്പാവുടെ ഫോട്ടോകൂടി ചേർക്കണമെന്ന് ആഗ്രഹിച്ചേക്കാം. അവന്റെ സ്വഭാവം അതാണ്. “എത്ക്ക് ഫോട്ടോ പോടണം. റൊമ്പം ശെല്ലവല്ലവാ. സിമ്പിൾ ഒബിച്ച്യുറി പോരാതാ?” മരുമകൾ കൂർമ്മബുദ്ധിയുള്ളവൾ. കാര്യപ്രാപ്തിയുള്ളവൾ.

വീണ്ടുവിചാരമുള്ളവൾ. പാവം രാശാമണിക്ക് അവളുടെ അഭിപ്രായം മാനിച്ചല്ലേ പറ്റൂ. ഫോട്ടോ പത്രത്തിൽ അച്ചടിച്ചതുകൊണ്ടോ ശവക്കല്ലറ പണിതതുകൊണ്ടോ മരിച്ച ആൾ തിരിച്ചു വരില്ല, അച്ഛനോടൊപ്പം അച്ഛന്റെ പെൻഷനും നഷ്ടപ്പെട്ടു എന്ന സത്യം വിസ്മരിച്ചുകൂടാ. പത്രം ചിറക് വിരുത്തിയ പക്ഷിയായി നെഞ്ചിൽ വീണു.. മയങ്ങിപ്പോയി... സ്വപ്നത്തിലെന്നപോലെ കാലൊച്ചകൾ.. മുഖങ്ങൾ. പരിചിതരും അപരിചിതരും. എല്ലാ മുഖച്ഛായകളും മനസ്സിൽ പതിഞ്ഞവ തന്നെ. പേരുകൾ ഓർത്തെടുക്കാനാവുന്നില്ല. എല്ലാവരും തനിക്ക് ചുറ്റുമായി നിരന്നുനില്ക്കുന്നു. അവരുടെ നിശ്വാസങ്ങൾ ഉഷ്ണക്കാറ്റുപോലെ തഴുകി കടന്നുപോകുന്നു... അടക്കിപ്പിടിച്ച സംഭാഷണങ്ങളിൽ താൻ തന്നെയാണല്ലോ നിറഞ്ഞു നില്ക്കുന്നത്. മൊബൈൽ ഫോണുകൾ ചിരിക്കുന്നു. കരയുന്നു. പാട്ട് പാടുന്നു... പൂക്കളുടെ സുഗന്ധവും ശവക്കോടിയുടെ മണവും കലർന്നപ്പോൾ അസഹ്യത തോന്നിയോ. ചന്ദനത്തിരിയുടെ സുഗന്ധം ആശ്വാസമായി. ഉണങ്ങി വരണ്ട ചുണ്ടിൽ പടരുന്ന നനവ്... അരിയും പൂവും ചന്ദനവും... ആലോചനകളിൽ ചിതാഗ്നി പടരുന്നു. ആളിക്കത്തുന്ന തീജ്വാലകൾ ആവേശത്തോടെ മുകളിലേക്ക് പടരുമ്പോൾ പൊട്ടിത്തെറിക്കുന്ന എല്ലിൻ കഷണങ്ങൾ. അവസാനം അടിച്ചു കൂട്ടിയെടുക്കുമ്പോൾ ഒരു പിടി ചാരം. കീഴുദ്യോഗസ്ഥന്മാരെ കിടുകിടെ വിറപ്പിക്കാറുള്ള പിച്ചു അയ്യർ. ജീവിതത്തിന്റെയും മരണത്തിന്റെയും ആന്ദോളനങ്ങൾക്കിടയിൽ പെട്ട് പിച്ചു അയ്യർ വിയർത്ത് വിവശനായി....

പൊടുന്നനെ ഞെട്ടി കണ്ണുതുറന്ന് ചുറ്റും നോക്കി. കൈകാലുകൾ അനക്കി. നെഞ്ചത്ത് കിടന്ന പത്രം താഴെ വീണത് എടുത്തു. ചരമപ്പേജ് മറിച്ച് മനസ്സിനെ വിവാഹ പരസ്യങ്ങളിലേക്കും സ്പോർട്സ് പേജുകളിലേക്കും വ്യാപരിപ്പിച്ചു.

അപ്പോൾ ഓർത്തു. ഇല്ല, യമരാജാവ് വന്നു വിളിച്ചാലും അത്രവേഗം യാത്രയാവില്ല... അലസജീവിതത്തിന്റെ സുഖവും ഒന്നറിയട്ടെ. പത്രത്തിന്റെ അവസാന പേജിലെത്തിയിട്ടും മണി പത്തര.

ഇനിയോ? സമയം ഇര വിഴുങ്ങിയ മലമ്പാമ്പിനെപ്പോലെ ചലനമറ്റ് കിടക്കുന്നു... സുബ്ബുഡുവിന്റെ സ്കൂൾ ബസ് വരുന്നത് ഒന്നരയ്ക്കാണ്. താഴത്ത് ചെന്ന് കാത്തു നില്ക്കണം. കുട്ടിയെ ഇറക്കി വിട്ട് ബസ് അതിന്റെ പാട്ടിന് പോകും. അവൻ റോഡ് ക്രോസ് ചെയ്ത് ലിഫ്റ്റിൽ കയറി വീട്ടിലെത്തുന്നുണ്ടോ എന്ന് അന്വേഷിക്കേണ്ട ബാദ്ധ്യത അവർക്കില്ല. ഇതിന് മുമ്പ് സ്കൂളിൽനിന്ന് അവൻ നേരെ ബേബി സിറ്ററുടെ വീട്ടിലേക്കാണ് പോകാറ്.

താൻ പെൻഷൻ പറ്റുന്നതിന്റെ തലേദിവസം മക്കളുമായി ഭാവി പരിപാടികളെക്കുറിച്ച് സംസാരിക്കുകയായിരുന്നു. എന്തെങ്കിലും ചില എൻഗേജ്മെന്റ്സ് ഉണ്ടാവുന്നത് നല്ലതാണെന്ന് താൻ തന്നെയാണ് അഭിപ്രായപ്പെട്ടത്. അപ്പോൾ മകനും മരുമകളും ഒരേ സ്വരത്തിൽ പറഞ്ഞു. “അപ്പാവുക്ക് അസൗകര്യമാവില്ലെങ്കിൽ സുബ്ബുഡുവിനോട് ഇനി ബേബിസിറ്റ

റുടെ വീട്ടിൽ പോകണ്ട എന്ന് പറയാം. സ്കൂൾ ബസ് വരുമ്പോൾ അപ്പ താഴത്ത് പോയി അവനെ കൂട്ടിക്കൊണ്ടു വന്നാൽ മതി."

വീട്ടിൽ താത്തയുടെ കൂടെ ഇരിക്കുന്ന സുരക്ഷിതത്വം മാത്രമല്ല, കാര്യം മാസം എണ്ണൂറുറുപ്പികയുടെ ലാഭവുമുണ്ട്. തനിക്കും അത് അല്പം വ്യായാമവും ഉല്ലാസവുമാവും.

ഒന്നര മണിയാവാൻ ഇനിയും മൂന്നു മണിക്കൂർ. മലിനജലം പോലെ തളം കെട്ടി കിടക്കുന്ന സമയം. ദുർവ്വിചാരങ്ങൾ കൊതുകുകളെപ്പോലെ പാറിപ്പറക്കുന്നു...

പിച്ചു അയ്യർ ഓർമ്മയുടെ ചെറുകല്ലുകൾ ഓരോന്നായി അതിലേക്കെറിയുമ്പോൾ സന്തോഷത്തിന്റെയും വിഷാദത്തിന്റെയും കുഞ്ഞോളങ്ങൾ മനസ്സിന്റെ തീരങ്ങളെ വന്ന് തഴുകി.

സരോജ നിറദീപം പോലെ കത്തി നില്ക്കാറുള്ളപ്പോൾ കാഞ്ചീപുരം പട്ടിന്റെ തിളക്കവും മുല്ലപ്പൂവിന്റെ നേർത്ത പരിമളവും എം എസ് സുബ്ബലക്ഷ്മിയുടെ ഗാനധാരയും നിറഞ്ഞ ഗൃഹാന്തരീക്ഷത്തിൽ നിമിഷങ്ങൾ പൂവിതളുകൾപോലെ കൊഴിയുകയാണ് പതിവ്. ദിവസത്തിന് ഇരുപത്തിനാല് മണിക്കൂർ പോരെന്ന് തോന്നിയിരുന്ന കാലം. ആ കാലത്തിന്റെ ചിതാഭസ്മം തനിക്കിന്ന് വിഭൂതി...

"ആണ്ടവനേ... മുരുഹാ.."

പിച്ചു അയ്യരുടെ ദൈവവിളി ഫാനിൽ തട്ടി വീണ പക്ഷിക്കുഞ്ഞിനെപ്പോലെ നിലത്ത് കിടന്ന് പിടഞ്ഞു. അധികാരത്തിന്റെ ആജ്ഞാശക്തി മുഴക്കം നല്കിയിരുന്ന ശബ്ദത്തിൽ ദൈന്യവിലാപത്തിന്റെ സ്വരം കലർന്നത് എത്ര പെട്ടെന്നാണ്! ഒരു സെക്ഷൻ ഓഫീസർക്ക് ഉദ്യോഗ പദവികളില്ലാത്ത ദിവസം ഇത്രയും കഠിനമാണെങ്കിൽ അധികാരം വെച്ചൊഴിയേണ്ടി വരുന്ന മന്ത്രിമാരുടെയും രാഷ്ട്രത്തലവന്മാരുടെയും മറ്റും ഗതിയെന്തായിരിക്കും. അധികാരത്തിന്റെ അകത്തളങ്ങളിൽ നിന്നുള്ള നിഷ്ക്രമണം അവർക്ക് മരണസമാനമാവും. പിച്ചു അയ്യർക്ക്, പക്ഷേ, ഗാഢമായ നഷ്ടബോധമോ കുണ്ഠിതങ്ങളോ ഇല്ല. അതുകൊണ്ട് മനസ്സിന്റെ മടക്കയാത്രകളെ ഒഴിവാക്കാനാണ് ശ്രമം. ചുറ്റുമുള്ള പ്രകൃതിയോടും മനുഷ്യരോടും ജന്തുജാലങ്ങളോടും ചേർന്ന് നില്ക്കാനും അവരിലൊരാളായി തീരാനും കഴിഞ്ഞാൽ ശിഷ്ടജീവിതം അല്ലലും ആവലാതികളും കൂടാതെ കഴിക്കാം. അതിനുള്ള വഴി തെളിയിക്കണേ, ആണ്ടവനേ മുരുഹാ.. ഇപ്പോൾ ശബ്ദത്തിന് അപമൃത്യു സംഭവിച്ചില്ല. പിച്ചു അയ്യരുടെ ചുണ്ടുകളിൽ 'ഭാവയാമി രഘുരാമം' ഇതളിതളായി വിടർന്നു.

# മൂന്ന്

**അ**പ്പാവ്ക്ക് സമയം പോക്കാൻ മകൻ *ആനന്ദവികടനും കല്ക്കിയും കുമുദവും* മുടങ്ങാതെ കൊണ്ടുതരുന്നുണ്ട്. പക്ഷേ, അധികം വായിക്കാൻ വയ്യ. കണ്ണുകളിൽ തിമിരം പാട കെട്ടിത്തുടങ്ങിയിരിക്കുന്നു.

ഡോക്ടറുടെ അഭിപ്രായം, "ഓപ്പറേറ്റ് ചെയ്യാറായിട്ടില്ല. ആറ് മാസം കഴിഞ്ഞ് വരൂ." പിന്നെ ചിരിച്ചുകൊണ്ടു പറഞ്ഞു, "അതുവരെ വലിയ അക്ഷരങ്ങൾ മാത്രം വായിച്ചാൽ മതി."

ഇപ്പോൾ അച്ചടിച്ചുവരുന്ന പത്രമാസികകൾ വായിക്കാൻ നല്ല കാഴ്ചയുള്ളവർക്ക് കൂടി ഭൂതക്കണ്ണാടി വേണം. വിറകും വിജ്ഞാനവും തൂക്കുന്നത് ഒരേ തുലാസ്സിൽ. എന്തെങ്കിലുമൊക്കെ കുരുകുരാ അച്ചടിച്ച് വിറ്റ് കാശുണ്ടാക്കണം, അത്രതന്നെ. പത്രങ്ങൾ ജനങ്ങളുടെ കണ്ണും കാതും നാവുമായിരുന്ന കാലം പൊയ്പ്പോയി. ധർമ്മം നശിച്ചുകൊണ്ടിരിക്കുന്ന നാട്ടിൽ പത്രധർമ്മം എവിടുന്നുണ്ടാവാനാണ്. ഇന്ന് ആർക്കാണ് വായിക്കാൻ നേരം? കുടുംബം മുഴുവൻ ഇഡിയറ്റ് ബോക്സിനു മുമ്പിലല്ലേ എല്ലായ്പ്പോഴും.

പിച്ചു അയ്യർക്ക് ആ പെട്ടിയോട് വെറുപ്പാണ്. മനുഷ്യനെ അലസനും നിഷ്ക്രിയനുമാക്കുന്ന ഉപകരണം. അതിലെ മാസ്മരദൃശ്യങ്ങളിലേക്ക് മനസ്സെങ്ങാനും മയങ്ങി വീണെങ്കിലോ എന്ന ഭയം കൊണ്ടാണ് വൈകുന്നേരമാവുമ്പോഴേക്കും പുറത്ത് കടക്കുന്നത്. വാസ്തവത്തിൽ ദിവസം മുഴുവനും സഹായത്തിന് വേണ്ടിയുള്ള പ്രാർത്ഥനയാണ്. കൂട്ടിലടയ്ക്കപ്പെട്ട ഒരു മൃഗം കൂട് തുറന്നുകിട്ടാൻ കൂട്ടിൽ കിടന്ന് കാണിക്കുന്ന വെപ്രാളമുണ്ട്. ഏതാണ്ട് അതുപോലെ ഒരസ്വസ്ഥതയാണ്, പെൻഷൻപറ്റി വീട്ടിലിരുപ്പായതിനുശേഷം അനുഭവിക്കുന്നത്. കാര്യമായി ഒന്നും ചെയ്യാനില്ല. എവിടേയും പോകാനില്ല. ജീവിതം വഴിമുട്ടി നില്ക്കുന്നതുപോലെയുള്ള ഒരു പ്രതീതി. പഴയൊരു സഹപ്രവർത്തകനായിരുന്ന സാംബശിവ

മൂർത്തിയാണ് തന്നെ നാലു ചുമരുകളുടെ ബന്ധനത്തിൽനിന്ന് പുറത്തു കടത്തിയത്. മകളുടെ കല്യാണത്തിന് ക്ഷണിക്കാൻ തന്റെ താമസ സ്ഥലം അന്വേഷിച്ച് കണ്ടുപിടിച്ചെത്തിയതാണ് മൂർത്തി. അവർക്കിടയിൽ കാലത്തിന്റെ അതി ഗഹനമായ ഒരു കിടങ്ങുണ്ടായിരുന്നു.

വാതിൽമണിയടിച്ച് വാതിൽ തുറന്നപ്പോൾ മുന്നിൽ ചിരിച്ചുകൊണ്ട് നില്ക്കുന്ന മൂർത്തിയെ തിരിച്ചറിയാൻ പിച്ചു അയ്യർ ഒരു നിമിഷം പോലും എടുത്തില്ല. "വാട്ട് എ പ്ലെസന്റ് സർപ്രൈസ് മൂർത്തീ." എന്ന് പിച്ചു അയ്യർ ആശ്ചര്യം കൊണ്ടപ്പോൾ സാംബശിവമൂർത്തി പറഞ്ഞു:

"ഇഫ് ദ മൗണ്ടൻ ഡസിന്റ് ഗോ ടു മുഹമ്മദ്, വോട്ടീസ് ദ വേ ഔട്ട്?" എന്നിടത്തോളം മൂർത്തി എത്തിയപ്പോൾ പിച്ചു അയ്യർ പറഞ്ഞു, "ബട്ട് ദ സ്റ്റോറി ഈസ് ഡിഫറന്റ് ഹിയർ. താൻ എവിടെയാണെന്ന്, എനിക്ക് അറിയില്ലായിരുന്നു. ഡെപ്യൂട്ടേഷനിൽ ദില്ലിയിൽ പോയി എന്നാണ് അവസാനം കേട്ട വാർത്ത..." മൂർത്തി ഉറക്കെ ചിരിച്ചു. "അതിനുശേഷം യമുനയിലൂടെ എത്ര വെള്ളം ഒഴുകിപ്പോയി പിച്ചൂ..!"

"ശരി അതൊക്കെ പോട്ടെ ഇപ്പോഴത്തെ ഈ വരവിന്റെ പൊരുളെന്താണ്?"

"എന്റെ ചിന്ന പൊണ്ണിന്റെ തിരുമണം."

"കൺഗ്രാചുലേഷൻസ് മൂർത്തി. ഇതിലും വലിയ എന്ത് വിശേഷമാടോ ഇനി കേൾക്കേണ്ടത്?"

"പിന്നെ വരനെക്കുറിച്ചും കുടുംബത്തിനെക്കുറിച്ചുമുള്ള വിശേഷങ്ങളും അവർ പിരിഞ്ഞതിനുശേഷം രണ്ടുപേരുടെയും ജീവിതത്തിലുണ്ടായ കയറ്റിറക്കങ്ങളും കാര്യങ്ങളും കൈമാറി.

"പിച്ചൂ, എങ്ങനെയുണ്ട് റിട്ടയേഡ് ലൈഫ്?"

"നോട്ട് വെരി ബ്രൈറ്റ്.. ദിവസങ്ങളെ ഉരുട്ടിക്കളിക്കുന്നു."

"വൈ സൊ. ഞാൻ നിങ്ങൾ വളരെ ആക്ടീവ് ആയിരിക്കുമെന്നാണ് ഊഹിച്ചത്."

"അതത്ര ശരിയല്ലെങ്കിലും ഞാൻ ഉള്ള പ്രവൃത്തികൾകൊണ്ട് ദിവസം നിറയ്ക്കുന്നു. യുവർ ആക്ടിവിറ്റീസ് എക്സ്പാൻഡ് ടു ദ ടൈം അവൈലബിൾ എന്നല്ലേ അറിവുള്ളവർ പറഞ്ഞുവെച്ചിരിക്കുന്നത്. അതൊക്കെ നമ്മളെ സംബന്ധിച്ചും ശരി തന്നെ."

"നിങ്ങള് നടക്കാനൊന്നും പോകാറില്ലേ?"

"പണ്ടും എനിക്കങ്ങനെ ഒരു പതിവുണ്ടായിരുന്നില്ല."

"എന്ന് പറഞ്ഞാൽ പറ്റില്ല, പിച്ചു. ഞാൻ ഉപദേശിക്കുകയാണെന്ന് കരുതരുത്. നമ്മൾ ഈ പ്രായത്തിൽ വീട്ടിൽ ചുരുണ്ടു കൂടി ഇരിക്കരുത്. ദിവസോം അര മണിക്കൂറെങ്കിലും നടക്കണം. അത്രയും നല്ലൊരു വ്യായാമം വേറെയില്ല. മാത്രമല്ല. അങ്ങനെ പുറത്തു പോകുമ്പോൾ നമ്മൾ പലരേയും കണ്ടുമുട്ടും. ചില പരിചയങ്ങൾ വിലപ്പെട്ടതാവാം. സംസർഗ്ഗേദോഷഗുണാഭവന്തി എന്നല്ലേ. ഇപ്പൊത്തന്നെ ഈ കല്യാണത്തിന് കാരണമായത് എന്റെ പ്രഭാതനടത്തവും അങ്ങനെ പരിചയപ്പെട്ട

ഒരാളുമാണ്."

"പണ്ട് തൊട്ടേ എനിക്കങ്ങനെ ഒരു ശീലമുണ്ടായിരുന്നില്ല. ഇനീപ്പോ.."

"ആ തോന്നലാണ് നമ്മുടെ ശത്രു. പുറംലോകം നമ്മളെ കാത്തിരിക്കുന്നുണ്ടെന്നും അവിടേയും നമുക്ക് ചിലതൊക്കെ ചെയ്യാനുണ്ടെന്നും കരുതുന്നതില്ലെന്താ തെറ്റ്?" പിച്ചു അയ്യർ ഒരു നിമിഷം മൗനിയായി...

"എന്നാ താൻ പോയി ഡ്രസ് മാറ്. നമുക്ക് മിണ്ടീം പറഞ്ഞും കൊറച്ച് ദൂരം നടക്കാം." അവർ രണ്ടുപേരും പല വഴികളിലൂടെയും നടന്നു ഇടയ്ക്ക് സാംബശിവമൂർത്തിക്ക് ചിലരെയൊക്കെ കാണാനുണ്ടായിരുന്നു. മകളുടെ വിവാഹക്ഷണപത്രിക കൊടുക്കാനുണ്ടായിരുന്നു. അതോടൊപ്പം പിച്ചു അയ്യർ അവരെ പരിചയപ്പെടുകയും ചെയ്തു.

അങ്ങനെയാണ്, സായാഹ്നയാത്രകളുടെ തുടക്കം. ഇപ്പോൾ അത് മുടക്കാൻ വയ്യാത്ത പരുവത്തിലായിരിക്കുന്നു, പിച്ചു അയ്യർ...

മാലികൾ നനച്ച് വൃത്തിയാക്കിയ പുൽത്തകിടിയിലെ ഈർപ്പം മുഴുവൻ വെയിൽ കുടിച്ച് തീർക്കുമ്പോഴേക്കും അവർ ഓരോരുത്തരായി എത്തുന്നു. എല്ലാവരും അറുപത് കഴിഞ്ഞവർ. പെൻഷൻ പറ്റിയവർ. അസ്തമയത്തിലേക്ക് നടക്കുന്ന ശുഭവസ്ത്രധാരികൾ. സ്ഥിരമായി എത്തുന്നവർ, ഏഴുപേർ.

പിച്ചു അയ്യർക്ക് അംഗത്വം നല്കിയത് അതീവ സന്തോഷത്തോടെയാണ്. അതിനുശേഷമാണ്, പച്ചപ്പുൽത്തകിടിയിൽ ധവളവൃത്തം വരയ്ക്കുന്ന അവർക്ക് അഷ്ടദിക്പാലകന്മാരെന്ന പേരു വീണത്.

പിച്ചു അയ്യർ, കൃഷ്ണമൂർത്തി, ചൗധരി, മിശ്ര, നായർ, ഖാനോൽക്കർ, ശടഗോപൻ, വർഗ്ഗീസ്, ബാനർജിയും ശ്യാമപ്രസാദും മേനോനും റെഡ്ഡിയും ഇടയ്ക്ക് മാത്രം വന്നണയുന്നവർ. പന്ത്രണ്ട് പേരും ഒത്തുകൂടുന്ന ദിവസം പട തന്നെയാണ്. ചെറുപ്പക്കാർ അവരെ വയസ്സൻസ് ക്ലബ്ബ് എന്ന് പരിഹസിക്കുന്നു. അതും അവർക്ക് തമാശ. ഓരോരുത്തർക്കും അവരവരുടെ വേരുകളെപ്പറ്റിയും നല്ല കാലത്തെപ്പറ്റിയും വിക്രമങ്ങളെക്കുറിച്ചും ബലഹീനതകളെക്കുറിച്ചും ഏറെ പറയാനുണ്ട്. പറഞ്ഞാലും പറഞ്ഞാലും തീരാത്ത കഥകൾ.

ഓരോ ദിവസം ഓരോരുത്തർക്കായി നീക്കി വച്ചിരിക്കയാണ്. കഥനങ്ങളുടെ തന്മയത്വത്തിൽ സത്യാസത്യങ്ങളുടെ വിഭജനരേഖകൾ മാഞ്ഞുപോകുന്നത് ആരും കാര്യമാക്കാറില്ല. എല്ലാവരും ഒത്തുചേർന്ന് കഥകളും അനുഭവങ്ങളും പങ്കുവെക്കുന്ന സായാഹ്നങ്ങളിൽ ആശ്വാസത്തിന്റെ പൊൻവെയിൽനാളങ്ങൾ മനസ്സിലേക്കൂർന്ന് വീഴുന്നു. താല്ക്കാലികമായിട്ടെങ്കിലും പരാധീനതകളും ശാരീരികാസ്വാസ്ഥ്യങ്ങളും മറക്കുന്നു. മനസ്സിൽ മാറാല കെട്ടുന്ന വിഷാദചിന്തകൾ തുടച്ച് മാറ്റപ്പെടുന്നു. പതിനൊന്ന് മണിക്ക് തന്നെ നാലുമണിയിലേക്ക് നോക്കുന്നതിന്റെ നിരർത്ഥകത പിച്ചു അയ്യരെ വിമ്മിട്ടനാക്കി. ദിവസം സായാഹ്നത്തോടെ ആരംഭിക്കുകയും സായാഹ്നത്തോടെ തന്നെ അസ്തമിക്കുകയും ചെയ്തെങ്കിൽ എന്ന് പിച്ചു അയ്യർ ആഗ്രഹിച്ചു.

# നാല്

മുറിയിൽ വെറുതെ രണ്ടുചാൽ നടന്നു. മുട്ടുകൾ വഴങ്ങുന്നില്ല. റൂമാറ്റോയിഡ് ആർത്രിറ്റിസിന്റെ ശുഭാരംഭം. വേദനാസംഹാരികളും വ്യായാമങ്ങളുമൊക്കെ നിഷ്ഫലമാവുമ്പോൾ പിന്നെ എന്താണ് രക്ഷ. കോട്ടയ്ക്കലോ കോയമ്പത്തൂരോ പോയി ധാരയും പിഴിച്ചിലും കഴിക്കാൻ ഉപദേശിക്കുന്നു, ചിലർ.

“എന്തിന് അവിടേക്കൊക്കെ പോണം?” നായർ ചോദിച്ചു. “ഇപ്പോൾ ഇവിടെത്തന്നെ എത്രയോ ആയുർവ്വേദ സ്ഥാപനങ്ങൾ തുറന്നിരിക്കുന്നു. നമ്മൾ അതും കച്ചവടം ചെയ്യാൻ തുടങ്ങിയിരിക്കുന്നു. ഗൾഫ് നാടുകളിലും അമേരിക്കയിലുമൊക്കെ നല്ല മാർക്കറ്റാണ്. വിദേശികൾക്ക് പ്രിയമായതെന്തും നമുക്കും പ്രിയമാണല്ലോ.”

“സാമീ, എവിടെപ്പോയിട്ടും ഒരു കാര്യോല്ല്യ.” മിസ്റ്റർ മേനോൻ പറഞ്ഞു. “ആർത്രിറ്റിസിന് ചികിത്സയൊന്നുമില്ല. യു ഹാവ് ടു ലിവ് വിത്തിറ്റ്. സന്ധികളിൽ നീരുവീക്കം വന്ന് അനങ്ങാൻ പറ്റാത്ത പരുവത്തിലെത്തുമ്പോഴേക്കും ശീട്ടു കീറണേ എന്ന് ദൈവത്തിനോട് പ്രാർത്ഥിക്കുക.”

അത് കേട്ടപ്പോൾ വേദനയുടെ ഒരു മിന്നൽപ്പിണർ ശരീരത്തിലൂടെ പാഞ്ഞു പോയില്ലേ. ഇനി എത്രകാലം എന്ന് ആർക്കാണ് തിട്ടപ്പെടുത്താനാവുക. അറുപത് വയസ്സ് കഴിഞ്ഞുള്ള ജീവിതം ബോണസ്സാണെന്ന് കൃഷ്ണമൂർത്തി കൂടെക്കൂടെ പറയും. ബോണസ് അവകാശമല്ല. ഔദാര്യമാണ്.

ശിഷ്ടജീവിതം വലിയ അല്ലലും അലട്ടും ഇല്ലാതെ, രോഗശയ്യയിൽ കിടക്കാതെ കഴിച്ചുകൂട്ടാൻ പറ്റുന്നതേ പുണ്യം.

“ആണ്ടവനേ.. മുരുഹാ..”

പിച്ചു അയ്യർ പ്രാർത്ഥനാ നിർഭരമായ മനസ്സോടെ വീണ്ടും ദൈവത്തെ വിളിച്ചു.

പ്രതിവചനംപോലെ വാതിലിൽ മുട്ടുകേട്ടു. ഒരുനിമിഷത്തെ ആശ്ചര്യം. സ്തബ്ധത. അന്തമില്ലായ്മ. മനസ്സിന്റെ വികല്പങ്ങൾ..

പിച്ചു അയ്യർ വാതിൽ തുറന്നുനോക്കി. ഇല്ല, ആരുമില്ല. ചിന്താധീനനായി അകത്ത് വന്നിരുന്നു.

വീണ്ടും തെല്ലിട കഴിഞ്ഞപ്പോൾ കൂടുതൽ ശക്തമായ മുട്ട്. വാതിൽ തുറന്നപ്പോൾ ആരുമില്ല.

"ഒരു സെക്ഷൻ മുഴുവൻ അടക്കി ഭരിച്ചിരുന്ന സി എസ് പി അയ്യർ എന്ന പിച്ചു അയ്യരെ ആരെങ്കിലും മനഃപൂർവ്വം കളിയാക്കുകയാണോ, വേണ്ടാ, ആരായാലും പിച്ചു അയ്യരോട് കളിക്കണ്ട. എടഞ്ഞാൽ ഞാൻ മഹാ പൈത്യമാണ്." ആരോടെന്നില്ലാതെ പറഞ്ഞുകൊണ്ട് അയ്യർ വീട്ടിനുള്ളിൽ കയറി. ഇത്തവണ പെട്ടെന്ന് വാതിൽ തുറക്കാനുള്ള തയ്യാറെടുപ്പിൽ വാതിലിന്റെ പുറകിൽ കാത്തുനിന്നു. പക്ഷേ, കുറെ നേരത്തേക്ക് പിന്നെ ഒച്ചയും അനക്കവുമുണ്ടായില്ല.

*ഭഗവത്ഗീത*യെടുത്ത് പകുക്കുമ്പോഴായിരുന്നു, അടുത്ത ശബ്ദം. ഒരു മാത്രപോലും പാഴാക്കാതെ വാതിൽ തുറന്നപ്പോൾ ഉരുണ്ട് പോകുന്ന പന്ത്. പന്ത് എറിഞ്ഞത് ആരാണെന്നറിയാൻ പുറത്ത് കടന്നതും പിന്നിൽ വാതിലടഞ്ഞതും ഒപ്പം. ക്ലിക്ക് എന്ന് നൈറ്റ്‌ലാച്ച് വീണു. പിച്ചു അയ്യരുടെ സപ്തനാഡികളും തളർന്നു. ശ്വാസം കിട്ടാതെ നെഞ്ച് പിടച്ചു. നീണ്ട മുപ്പത്തഞ്ച് കൊല്ലത്തെ ഔദ്യോഗിക ജീവിതത്തിൽ പല നിർണ്ണായക നിമിഷങ്ങളും ഉണ്ടായിട്ടുണ്ട്. എന്നാൽ ഇതുപോലെ ഒന്ന്.... ഇല്ല, അയ്യർക്ക് ഓർത്തെടുക്കാനാവുന്നില്ല. തന്റെ അശ്രദ്ധകൊണ്ട് വന്ന ഈ മഹാ പിഴയ്ക്ക് ആരെ ശിക്ഷിക്കും? തനിക്കുള്ള ശിക്ഷ കല്പിക്കുന്നതാരാണ്? മകനോ മരുമകളോ? അതിൽപ്പരം മാനഹാനിയുണ്ടോ.

മാനാപമാനങ്ങളുടെ പ്രശ്നമല്ല പ്രധാനം. വാതിൽ എങ്ങനെ തുറക്കുമെന്നുള്ളതാണ്. നൈറ്റ്‌ലാച്ച് കണ്ടുപിടിച്ചവനേയും അതുണ്ടാക്കുന്ന ഗോദ്റേജ് കമ്പനിയേയും മനമുരുകി ശപിച്ചു.

വീടിന് മൂന്നു താക്കോലുകളുണ്ട്. ഒന്ന് മകന്റെ കൈയിൽ, രണ്ടാമത്തേത് മരുമകളുടെ, മൂന്നാമത്തേതിന്റെ സൂക്ഷിപ്പുകാരൻ താൻ തന്നെ. ഈ ചുമതല മുമ്പുണ്ടായിരുന്നില്ല. താക്കോൽ അടുത്ത വീട്ടുകാരുടെ ഭദ്രമായ സൂക്ഷിപ്പിലായിരുന്നു. മരുമകളുടെ അതിബുദ്ധിയാണ് തന്റെ കഴുത്തിൽ കുരുക്കിട്ടത്. പിച്ചു അയ്യർ പെൻഷ്യൻ പറ്റി വീട്ടിലിരുപ്പായപ്പോൾ അവൾ പറഞ്ഞു.

"നീങ്കൾ ഇനി ആത്തില് താനേ ഇരിക്കപ്പോറേൻ. കീ എന്നത്ത്ക്ക് പക്കത്തൂട്ടില് വെക്കണം?"

അവൾ തെറ്റിദ്ധാരണയ്ക്ക് ഇടമില്ലാത്തവിധം വിവരമെല്ലാം വഴിപോലെ പറഞ്ഞ് മനസ്സിലാക്കി. അടുത്ത വീട്ടിൽനിന്ന് ചാവി വാങ്ങി മാമനാരെ ഏല്പിച്ചു. "ഭദ്രമാ വെച്ചിടുങ്കോ. പൂണൂലിന് കെട്ടി വെക്കറ്ത് താൻ നല്ലത്."

വാതിൽപ്പൊളിയുടെ മറവിൽനിന്ന് പതിഞ്ഞ ശബ്ദത്തിലല്ല മരുമകൾ സംസാരിച്ചത്. നേർക്ക് നേരെ നിന്ന്, കണ്ണിൽ കണ്ണുകളിട്ട്, ശബ്ദം ഇടറാ

തെ, പതറാതെ... നിർദ്ദേശത്തിൽ ഒളിഞ്ഞിരുന്ന ഉപദേശവും ഭീഷണിയും അയ്യർക്ക് പിടികിട്ടി. താക്കോൽ അവളുടെ മുഖത്തേക്കെറിഞ്ഞ്, "നീ എന്നെപ്പറ്റി എന്നാ നെനച്ചിരുക്ക്ത്. താക്കോൽ സൂക്ഷിപ്പ്കാരനോ?"

ചോദ്യത്തെ അയ്യർ തൊണ്ടയിൽ തടുത്ത് നിറുത്തി. പണ്ടത്തെ കാലമല്ല. വടി കൊടുത്ത് അടി വാങ്ങരുത്. സോഫിയാ കോളേജിൽനിന്ന് ഡിഗ്രിയെടുത്ത്, 'സിറ്റി' ബാങ്കിൽ ജോലി ചെയ്യുന്ന ഭാഗ്യം വെറും ഒരു *മാട്ടുപൊണ്ണല്ല, ഒപ്പത്തിനൊപ്പം കയറിയിരുന്ന് അഭിപ്രായം പറയാനും സ്വന്തം നിലപാട് വ്യക്തമാക്കാനും കഴിയുന്നവൾ. അവൾ വേണ്ടാത്തതൊന്നുമല്ലല്ലോ പറഞ്ഞത്. ഒരുത്തരവാദിത്വം തന്നെ ഏല്പിക്കുക മാത്രമല്ലേ ചെയ്തുള്ളൂ. അന്നു മുതൽ മൂന്നാമത്തെ താക്കോൽ പൂണൂലിൽ. അവശനായി, ഇതികർത്തവ്യതാമൂഢനായി, നിസ്സഹായനായി, ചുമരും ചാരി നിന്നു, പിച്ചു അയ്യർ. മകനുണ്ടെങ്കിൽ അവനെ ഫോണിൽ വിളിച്ച് വിവരം പറയാമായിരുന്നു.

പക്ഷേ, രാശാമണി കൊല്ക്കത്തയിലേക്ക് ട്യൂറ് പോയിരിക്കയാണ്. ഞായറാഴ്ച വൈകുന്നേരമാവും തിരിച്ചെത്താൻ. മരുമകളെ വിളിക്കാൻ അഭിമാനം സമ്മതിക്കുന്നില്ല. അവൾ മുഖം കറുപ്പിച്ചെന്തെങ്കിലും പറഞ്ഞാൽ തനിക്ക് സഹിക്കാനാവില്ല.

മരുമകളുടെ നിർദ്ദേശാനുസരണം താക്കോൽ പൂണുനൂലിൽ കോർത്തിട്ടെങ്കിലും കിടക്കുമ്പോൾ ശരീരത്തിൽ കുത്തിത്തറച്ചതുകൊണ്ട് അഴിച്ച് ആണിയിൽ തൂക്കി. എപ്പോഴും കാണാവുന്ന വിധത്തിൽ. താക്കോൽ കൈയിലെടുത്തേ വാതിൽ തുറക്കാറുള്ളൂ. ഇന്ന്...

ഇന്ന് തനിക്കെങ്ങനെ മറവി പറ്റി? താൻ വിളിച്ചപ്പോൾ ദൈവം വിളി കേട്ടു എന്ന് ധരിക്കാൻ മാത്രം വിഡ്ഢിയായതെങ്ങനെ. പത്ത് മുപ്പത്തഞ്ച് കൊല്ലം ഉത്തരവാദപ്പെട്ട പല ജോലികളും ചെയ്ത് സർവ്വീസ് ബുക്കിൽ ഗുഡ് എൻട്രികൾ വാങ്ങുകയും ഉദ്യോഗത്തിൽ ഉയർന്നു പോവുകയും ചെയ്ത ഒരാൾ താക്കോൽ അകത്ത് വെച്ച് വാതിലടച്ചു എന്ന് പറഞ്ഞാൽ തന്റെ ശത്രുക്കൾ മാത്രമല്ല, മിത്രങ്ങളും കൈ കൊട്ടിച്ചിരിക്കും. അതൊക്കെ ഓർത്ത് നിന്നിട്ട് കാര്യമില്ല. എങ്കിലും ഒരു സംശയം ബാക്കി. ക്രിക്കറ്റ് കളിക്കുന്ന കുട്ടികൾക്ക് ശങ്കരനാരായണന്റേയും സീതാരാമന്റേയും പരമേശ്വരൻ നായരുടേയും മുഖച്ഛായകൾ എങ്ങനെയാണുണ്ടായത്. വെറും തോന്നൽ മാത്രമാണോ. മണി പതിനൊന്നരയായിരുന്നു. ഒരുമണിയാവുമ്പോൾ സ്കൂൾ ബസ് വരും. വിശപ്പിന്റെ ആക്രാന്തവുമായി വരുന്ന സുബ്ബുഡുവിന് അകത്ത് കടക്കാൻ കഴിഞ്ഞില്ലെങ്കിൽ, ഉച്ചഭക്ഷണം കഴിക്കാനായില്ലെങ്കിൽ... മരുമകളെ വിളിച്ച വിവരം പറയുന്ന കാര്യമോർത്തപ്പോൾ പിച്ചു അയ്യരുടെ മനസ്സ് കലുഷമായി. തന്റെ ആലോചനക്കുറവിന്റെയും അശ്രദ്ധയുടെയും സാക്ഷ്യപത്രമായി അവളത് സൂക്ഷിക്കുകയും സന്ദർഭം വരുമ്പോൾ എടുത്ത് പ്രദർശിപ്പിക്കുകയും ചെയ്യില്ലേ. അതേതായാലും വേണ്ട...

* കേരളത്തിലെ തമിഴ്ബ്രാഹ്മണർ മരുമകളെ മാട്ടുപൊൺ എന്ന് വിളിക്കുക പതിവുണ്ട്.

# അഞ്ച്

**പി**ച്ചു അയ്യർ അടുത്ത വീട്ടിൽ പോയി ബെല്ലടിച്ചു. കാര്യമൊന്നും ഉണ്ടായിട്ടല്ല. കുറച്ച് വെള്ളം കുടിച്ച്, ഇരുന്ന് ആശ്വസിക്കാൻ. നൈറ്റ് ലാച്ച് തുറക്കാൻ അതിന്റെ താക്കോൽ തന്നെ വേണം. അല്ലെങ്കിൽ വാതിൽ കുത്തിപ്പൊളിക്കണം.

സഭാപതിയുടെ മകൻ, മെഡിസിന് പഠിക്കുന്ന സംഗമേശ്വരനാണ് വാതിൽ തുറന്നത്.

"എന്ന താത്താ ഒരു മാതിരിയിരുക്ക്ത്? ഒടമ്പ് സരിയല്ലേ?"

"എല്ലാം നല്ലാർക്ക്... നല്ലാർക്ക്... കൊഞ്ചം തണ്ണി കൊടുങ്കോ."

സ്റ്റീൽ ഗ്ലാസിൽ വെള്ളവുമായി വന്നത് സംഗമേശ്വരന്റെ അമ്മയാണ്. ഒമ്പത് മുഴം പട്ടുപുടവയുടുത്ത് ബ്രാഹ്മണഗന്ധവുമായി അവർ അരികെ വന്നപ്പോൾ പിച്ചു അയ്യരുടെ മനസ്സിൽ സരോജമായിരുന്നു.

"കൊഞ്ചം കാഫി പോടട്ടുമാ" എന്ന ചോദ്യംപോലും സരോജത്തിന്റേതാണ്. അവർ കൊണ്ടുവന്ന ഡിക്കോക്ഷൻ കാഫിയിൽനിന്ന് കാഫിയുടെ ഗന്ധമല്ല, സ്വന്തം ജീവിതഗന്ധമാണ് നിറഞ്ഞ് പുറത്തേക്കൊഴുകിയത്. ആ ഗന്ധം ആവോളം ഉള്ളിലേക്ക് വലിച്ചു കയറ്റി, പിച്ചു അയ്യർ. തെല്ലിട താക്കോലിന്റേയും സുബ്ബുഡുവിന്റേയുമൊക്കെ കാര്യം മറന്നു. പിന്നെ പെട്ടെന്ന് ഉൾത്തടത്തിലെവിടെയോ ആ ഓർമ്മ തിണർത്തപ്പോൾ ചുഴലി ദീനം പിടിപെട്ടതുപോലെ കൈകാലുകൾ വിറച്ചു. മുഖമാകെ ഇരുണ്ടു. പൊടുന്നനെ ഉണ്ടായ വിഭ്രാന്തിയും ഭാവമാറ്റവും കണ്ട് സംഗമേശ്വരനും അമ്മയും പരിഭ്രമിച്ചു. സംഗമേശ്വരൻ പിച്ചു അയ്യരുടെ നാഡി പിടിച്ചു നോക്കി. നെറ്റിയിൽ കൈ വെച്ചുകൊണ്ട് ചോദിച്ചു, "എന്നാ ആച്ച് താത്താ?"

"ഭയപ്പെടാതീങ്കോ. പ്രമാദമാ ഒണ്ണുമില്ലെ. നാൻ ചാവി ഉള്ളെ പോട്ട്

കതക് ചാത്തിനേൻ."

സുബുഡു സ്കൂളിൽനിന്ന് വരേണ്ട സമയം അടുത്ത് വരുന്നു. അവർ വിശന്ന് വരുമ്പോൾ... പിച്ചു അയ്യർ മനസ്സിൽ വിചാരിച്ചത് ബുദ്ധിമാനായ സംഗമേശ്വരൻ ഊഹിച്ചെടുത്തു.

"അത് സാരമില്ലൈ. എങ്കാത്തില് ശാപ്പടമലേ.."

അവൻ പറയുന്നത്ര നിസ്സാരമായി കൈകാര്യം ചെയ്യേണ്ടതാണോ ഇത്. രണ്ടുപേരും തെല്ലിട മുഖത്തോടു മുഖം നോക്കി ഇരുന്നു.

"വേറെ ആരുടെ കൈയിലും ചാവിയില്ലേ?" സംഗമേശ്വരൻ ചോദിച്ചു.

"പിച്ചു അയ്യർ മേല്പോട്ടും കീഴ്പ്പോട്ടും നോക്കി. മുണ്ടിന്റെ കോന്തല കൊണ്ട് കഴുത്തിലെ വിയർപ്പ് തുടച്ചു.

"മരുമകളുടെ കൈയിലുണ്ട്. അവൾ നരിമാൻ പോയിന്റിൽനിന്ന് ഇവിടെയെത്താൻ ചുരുങ്ങിയത് രണ്ടു മണിക്കൂറെങ്കിലും എടുക്കില്ലേ?"

"അതും ശരിയാണ്."

"ഒനക്ക് തെരിഞ്ച ഏതാവത് കീ മെയ്ക്കർ?"

പിച്ചു അയ്യർ ആശയോടെ സംഗമേശ്വരന്റെ മുഖത്തേക്ക് നോക്കി.

"ലെറ്റ് മി ട്രൈ." സംഗമേശ്വരൻ ഫോണെടുത്തു.

അവൻ മോശക്കാരനല്ല. കഴിവും ബുദ്ധിയുമുള്ളവനാണ്. കോച്ചിങ് ക്ലാസുകളുടെ സഹായമില്ലാതെ തന്നത്താൻ പഠിച്ച് മെഡിക്കൽ എൻട്രൻസ് പരീക്ഷയിൽ റാങ്ക് നേടിയവൻ.

സംഗമേശ്വരൻ ഏതൊക്കെയോ നമ്പറുകൾ കറക്കി. അവസാനം ഒരാളെ കിട്ടിയെന്ന് തോന്നുന്നു. അവൻ ഫോണിന്റെ മൗത്ത്പീസ് കൈപ്പടം കൊണ്ട് അടച്ച് പിടിച്ച് ചോദിച്ചു.

"താത്താ, സായാന്തനം വന്താ പോതുമാ?"

"വൈകുന്നേരമായാൽ പറ്റില്ല മോനേ. കാര്യങ്ങളൊക്കെ അവതാള ത്തിലാവും. എങ്ങനേയും സുബുഡു വരുന്നതിന് മുമ്പ് കതക് തുറക്കണം. അവനല്പം ജാസ്തി പൈസ കൊടുക്കാമെന്ന് പറയൂ." സംഗമേശ്വരൻ വീണ്ടും സംസാരിച്ചു.

"ഇരുനൂറു രൂപയും ഓട്ടോ ചാർജും കൊടുക്കണമത്രെ."

"ശിവ, ശിവ ഇരുനൂറു രൂപയോ?"

പിച്ചു അയ്യർ ഒരു നിമിഷം സ്തബ്ധനായി. മരുമകളുടെ മുമ്പിൽ അപമാനിതനാകുന്നതിന്റെ ധന നഷ്ടം നിശ്ചയിക്കാനാവില്ലല്ലോ. അതിലും ഭേദമല്ലേ... "ശരി, അവനോട് പറയൂ."

അനാപത്തായി ഇത്രയും പണം ചെലവിടേണ്ടി വന്നത് തന്റെ നിസ്സാ രമായ ഒരശ്രദ്ധകൊണ്ടാണ്. മേലിൽ ഇതാവർത്തിക്കാതിരിക്കാനുള്ള ശിക്ഷയാവാം ഇത്. താൻ മറ്റുള്ളവർക്ക് ഇതിലും കടുത്ത ശിക്ഷാവിധി കൾ നടപ്പാക്കിയവനല്ലേ. അശ്രദ്ധയും തെറ്റുകളും മറവികളുമൊക്കെ മനുഷ്യസഹജമാണെന്ന് എന്നെങ്കിലും ഓർത്തിട്ടുണ്ടോ... ശങ്കരനാരായ ണനും സീതാരാമനും വിജയകൃഷ്ണനും പരമേശ്വരൻ നായരും ചുറ്റും നിന്ന് ആർത്ത് ചിരിക്കുകയാണോ.

സംഗമേശ്വരൻ വിളിച്ച കീമെയ്ക്കർ പത്ത് മിനിട്ടിനുള്ളിൽ എത്തി. നാട്ടിൻപുറത്ത് അത്യാസന്ന രോഗിയെ സന്ദർശിക്കാനെത്തുന്ന ഡോക്ടറെപ്പോലെ ബാഗും തൂക്കിയുള്ള അവന്റെ വരവു നോക്കി പിച്ചു അയ്യർ തൂണുപോലെ നിന്നു.

ഏതോ മന്ത്രസിദ്ധികൊണ്ടെന്നപോലെ, കണ്ണടച്ച് കണ്ണുതുറക്കുന്നതിനു മുമ്പ് അവൻ വാതിൽ തുറന്നു. ലാച്ചിന് കേടൊന്നും പറ്റിയില്ല. വാതിലിന്മേൽ ഒരു പോറൽ പോലുമില്ല. ജോലി കഴിഞ്ഞതും അവൻ ഫീസിന് കൈ നീട്ടി. പിച്ചു അയ്യർ അകത്ത് പോയി തലയിണയ്ക്കടിയിൽനിന്നും പഴ്സ് എടുത്ത് രണ്ട് നൂറുരൂപാ നോട്ടുകൾ അവന്റെ കൈയിൽ വെച്ചു.

സംഗമേശ്വരനോട് നന്ദി പറഞ്ഞു. തെല്ലിട കഴിഞ്ഞ് സ്വകാര്യമായി പറഞ്ഞു.

“ഇത് നമ്മൾ രണ്ടുപേരും അറിഞ്ഞാൽ മതി. രാശാമണിയോ ഭാഗ്യമോ അറിയണ്ട.” സംഗമേശ്വരൻ പുഞ്ചിരിച്ചുകൊണ്ട് തലയാട്ടി.

പിച്ചു അയ്യർക്ക്, പൊടുന്നനെ താൻ നഗ്നനാക്കപ്പെട്ടതുപോലെ തോന്നി. സത്യസന്ധതയും ധർമ്മനിഷ്ഠയും കാര്യപ്രാപ്തിയും, കർമ്മകുശലതയും ഉണ്ടായിരുന്ന, കഴിവുറ്റൊരു ഗവൺമെന്റ് ഉദ്യോഗസ്ഥൻ ചില്ലറ കളവുകൾ നടത്തി പിടിക്കപ്പെട്ട ഒരു കള്ളന്റെ ജാള്യതയോടെ..

ഇത് മറ്റാരും അറിയണ്ട എന്ന് എന്തിന് പറഞ്ഞു? സംഗമേശ്വരനോട് ആ വാക്കുകൾ ഉച്ചരിച്ചതോടെ താൻ ധാർഷ്ട്യത്തോടെയും അഭിമാനത്തോടെയും ഉയർത്തിപ്പിടിക്കാറുള്ള വ്യക്തിത്വം ഉടഞ്ഞ് തരിപ്പണമായില്ലേ.. പിച്ചു അയ്യരുടെ അധഃപതനം ഇത്ര വേഗം തുടങ്ങിയെന്നോ.

ഇന്നലെ വരെ താനൊരു തുറന്ന പുസ്തകമായിരുന്നു. ഇനി അതവകാശപ്പെടാനാവില്ല... “അങ്കിൾ വിചാരിക്കുന്നത്ര സ്ട്രെയ്റ്റ് ഫോർവേഡൊന്നുമല്ല. ഹി ഹാസ് എ ബെൻഡ് ഇൻ ഹിസ് ക്യാരക്ടർ.”

ബുദ്ധിയുള്ള ആ കുട്ടിയുടെ നിഗമനം തിരുത്താൻ തനിക്ക് ഇനി സമയമില്ല..

# ആറ്

ക്ലേശഭാരംകൊണ്ട് കുനിഞ്ഞ ശിരസ്സോടെയാണ് പിച്ചു അയ്യർ സംഗമേശ്വരന്റെ വീട്ടിൽ നിന്നിറങ്ങിയത്. മണി ഒന്നായിരിക്കുന്നു. സ്കൂൾ ബസ് വരേണ്ട സമയം. കെട്ടിടത്തിന്റെ കറുത്ത നിഴലിൽ കാത്തുനിന്നു. ബസിന്റെ ഫോൺ കേട്ടപ്പോൾ നടപ്പാതിയിലേക്ക്, നടപ്പാതയിൽ തണൽ വിരിച്ചുകൊണ്ട് നില്ക്കുന്ന മെയ്ഫ്ളവർ മരങ്ങളും ഗുൽമോഹറുകളും കത്തിജ്ജ്വലിക്കുന്നു. നടപ്പാതയിൽ മഞ്ഞയും ചുവപ്പും പൂക്കൾ പുഷ്പ തല്പം വിരിച്ചിരിക്കുന്നു. അതിൽ അമരുന്ന രക്തചരവിയുള്ള തുടുത്ത പാദങ്ങളിലേക്കും അവ പേറുന്ന മൃദുമേനികളിലേക്കും അവയുടെ ചാരു തയാർന്ന വടിവുകളിലേക്കും കള്ളനോട്ടമെറിയാൻ തന്റെ കണ്ണുകൾ ഇട റുന്നുണ്ടോ. കണ്ണുകൾക്ക് കടിഞ്ഞാണിടാനായില്ലെങ്കിലും മനസ്സിന് മൂക്കു കയറിട്ടു... പിച്ചു അയ്യരുടെ അകവും പുറവും വിയർക്കുകയാണ്. വൈകു ന്നേരം ഭാഗ്യത്തിനോട് വിവരങ്ങൾ തുറന്നു പറഞ്ഞാലോ. അവൾക്ക് തന്നെ ശാസിക്കാനോ ഗുണദോഷിക്കാനോ ഉള്ള ധൈര്യമുണ്ടാവില്ല. എങ്ങനെ ഉറപ്പിക്കാം. പഴയ കാലമല്ലല്ലോ... മറ്റാരെങ്കിലും പറഞ്ഞ് അറി ഞ്ഞാലുണ്ടാകുന്ന പ്രതികരണം കൂടുതൽ ഗുരുതമായിരിക്കും. വീടിന്റെ നാലു ചുമരുകൾക്കുള്ളിൽ വെച്ചു തന്നെ കാര്യം വെളിപ്പെടുത്തുന്ന താവും ഭംഗി.

പിച്ചു അയ്യരുടെ മനസ്സ് ഒരു പെൻഡുലംപോലെ ആടിക്കൊണ്ടി രുന്നു. പ്രധാനപ്പെട്ട എത്രയോ ഗവർൺമെന്റ് ഫയലുകളിൽ നിമിഷ ങ്ങൾക്കകം നിർണ്ണായകമായ തീരുമാനങ്ങളെടുക്കാറുള്ള തന്റെ ബുദ്ധി യിൽ എത്ര പെട്ടെന്നാണ് തുരുമ്പ് കയറിയത്. വാട്ട് എ ഗ്രേയ്റ്റ് ഫോൾ! ആലോചനകൾ തിക്കി തിരക്കി വരുന്നതിനിടയിൽ സ്കൂൾ ബസ് വന്നു. പുറത്തിറങ്ങുന്നവരും അകത്തിരിക്കുന്നവരും ഒപ്പം കൂക്കി വിളിച്ചു.

സുബുഡു സന്തോഷം കൊണ്ട് മതി മറന്നതുപോലെ വന്ന് കെട്ടിപ്പിടിച്ചു. "താത്താ.."

"എന്നട കണ്ണേ?"

സ്കൂൾ ബാഗും വാട്ടർബോട്ടിലും താത്തയെ ഏല്പിക്കുന്നതിനിടയിൽ അവൻ പറഞ്ഞു.

"ഇന്നേക്ക് മാത്ത്സ് പേപ്പർ കെടച്ചത് താത്താ.."

"ഓ. അപ്പടിയാ.. എവ്വളവ്..?"

ചോദ്യം പൂർത്തിയാക്കുന്നതിനുമുമ്പ് സുബുഡു ഉച്ചത്തിൽ ഉദ്ഘോഷിച്ചു. "ഹണ്ട്രഡ് ഔട്ട് ഓഫ് ഹണ്ട്രഡ്. നാൻ താൻ ഫസ്റ്റ് വന്തിരിക്കിത്?"

"വെരിഗുഡ്, കീപ്പിറ്റപ്പ്."

പിച്ചു അയ്യർ വാത്സല്യത്തോടെ അവന്റെ നെറുകയിൽ തലോടി.

സുബ്ബുഡു ജീവിക്കാൻ പോകുന്ന ലോകം താൻ ജീവിച്ച ലോകമേ അല്ല. മനുഷ്യരും യന്ത്രങ്ങളും മാധ്യമങ്ങളും മൂല്യങ്ങളും ഭൂപ്രകൃതിയും കാലാവസ്ഥയും എല്ലാം മാറിക്കഴിഞ്ഞു. ജോലിയിൽനിന്ന് വിരമിക്കുന്നതിനൊക്കെ മുമ്പ് കൊച്ചുമോന് ഗൃഹപാഠങ്ങൾ പറഞ്ഞുകൊടുക്കും കണക്കിലും ഇംഗ്ലീഷിലും അവനെ സഹായിച്ചും തന്റെ ഒഴിവുവേളകൾ സാർത്ഥകമാക്കാമെന്ന് വിചാരിച്ചിരുന്നു. പക്ഷേ, താൻ പരിചയിച്ച പാഠങ്ങളും പഠനരീതികളും സമൂലം മാറിയിരിക്കുന്നു എന്ന് ഗവൺമെന്റ് ഫയലുകളിൽ മാത്രം ലോകം കണ്ട താൻ മനസ്സിലാക്കിയില്ല എന്നത് വിസ്മയം തന്നെ.

പെരുക്കപ്പട്ടികകൾ ചൊല്ലി മനഃപാഠമാക്കി, വിരലിൽ കണക്കു കൂട്ടി സ്ലേയ്റ്റിൽ എഴുതിയല്ല സുബ്ബുഡു പഠിക്കുന്നത്. അവന്റെ വിരലുകൾ കാൽക്കുലേറ്റർ ബട്ടനുകളിൽനിന്ന് കമ്പ്യൂട്ടറിന്റെ കീബോർഡിലേക്ക് നീണ്ടു കൊണ്ടിരിക്കുന്നു. സുബുഡ്ഡുവിന്റെ മനസ്സിന്റെ ജാലകങ്ങൾ തുറക്കുന്നത് ശാസ്ത്രവും സാങ്കേതികവിദ്യകളുംകൊണ്ട് നിർമ്മിച്ച ഒരു നൂതന ലോകത്തിലേക്കാണ്. സൈബർ ലോകം. അവിടെ ഈ വൃദ്ധമനസ്സ് പുറന്തള്ളപ്പെടുന്നു, ഒന്നും മനസ്സിലാവാതെ... ഒന്നും ഉൾക്കൊള്ളാനാവാതെ...

# ഏഴ്

**ക**റുത്ത ബോർഡറുള്ള പച്ച പട്ടുചേല ഉണങ്ങാൻ വിരിച്ചിട്ടിരിക്കുന്നതുപോലെയാണ് പുൽത്തകിടിയും ഇരുവശത്തുള്ള റോഡുകളും നനഞ്ഞ പുല്ലിൽ നഗ്നപാദത്തോടെ നടന്നാൽ കണ്ണിന് നല്ലതാണത്രേ. ഏതായാലും ആരും എത്തിയിട്ടില്ല. പിച്ചു അയ്യർ ചെരുപ്പുകൾ അഴിച്ചുവെച്ച് മെല്ലെ നടന്നു. പാദചർമ്മത്തിലൂടെ കുളിർമ്മയുടെ നേർത്ത അലകൾ ഉള്ളിൽ കടന്ന് ഞരമ്പുകളിലൂടെ പ്രവഹിച്ച് കണ്ണുകൾക്ക് തെളിമയേറ്റുന്നുവെന്ന് പിച്ചു അയ്യർക്ക് ബോദ്ധ്യമായി.

"എന്നടാ പിച്ചു കവാത്ത്?" എന്നു ചോദിച്ചുകൊണ്ട് കൃഷ്ണമൂർത്തി വന്നപ്പോൾ നടത്തം നിർത്തി.

കൃഷ്ണമൂർത്തി വന്നാൽ ഒരാൾ വന്നു എന്നല്ല തോന്നുക. ഒരു തീവണ്ടി വരുന്നതുപോലെ ആർത്തിരമ്പി ഒച്ചയും ബഹളവുമായിട്ടാണ് വരിക. കൃഷ്ണമൂർത്തി സ്റ്റേഷൻ മാസ്റ്ററായി ദീർഘകാലം ജോലി നോക്കിയതുകൊണ്ടാണ് അയാൾക്ക് തീവണ്ടിസ്വഭാവം കിട്ടിയതെന്ന് നായർ ഉറപ്പിച്ച് പറയുന്നു. കൃഷ്ണമൂർത്തി ആ നിഗമനത്തെ സ്വീകരിക്കുകയോ നിരാകരിക്കുകയോ ചെയ്തിട്ടില്ല. കൃഷ്ണമൂർത്തി എവിടെ ചെന്നാലും രംഗം പിടിച്ചടക്കും. നിറഞ്ഞു നില്ക്കും. പിന്നെ അയാളാണ്, അയാൾ മാത്രമാണുണ്ടാവുക, മറ്റുള്ളവരെല്ലാം നിഷ്പ്രഭർ.

കൃഷ്ണമൂർത്തി പുൽത്തകിടിയിൽ ചമ്രം പടിഞ്ഞിരുന്നപ്പോൾ പിച്ചു അയ്യരും അടുത്ത് ചെന്നിരുന്നു. അയ്യരുടെ മുഖത്ത് ഒരുനിമിഷം തറപ്പിച്ച് നോക്കിയതിന് ശേഷം കൃഷ്ണമൂർത്തി ചോദിച്ചു.

"എന്നാ പിച്ചു ഒരുമാതിരി ഇര്ക്ക്ത്?"

"ഹേയ് ഒന്നുമില്ലെ."

"എന്നാ മാട്ടുപൊണ്ണുകിട്ടെ ശണ്ഠ പൊട്ടാച്ചാ?"

"ഛെ.... ഛേ... അപ്പടിയൊന്നും എങ്കൂട്ടില് നടക്കറതില്ലെ കൃഷ്ണ മൂർത്തീ.."

"സരി, വിട്ടിടുങ്കോ." കൃഷ്ണമൂർത്തി അതൃപ്തിയോടെ പറഞ്ഞു, "പക്ഷേ, പിച്ചൂ, നീ ഒന്നോർക്കണം. ടിക്കറ്റില്ലാതെവരുന്ന യാത്രക്കാരെ കൃത്യമായി കണ്ടുപിടിക്കാൻ കഴിയുന്നതാണ് ഈ കണ്ണുകൾ. ഇവയിൽ പൊടിയിട്ടുകളയാമെന്ന് നീ കരുതണ്ട."

പിച്ചു അയ്യരുടെ മുഖം പെട്ടെന്ന് വാടിയപ്പോൾ കൃഷ്ണമൂർത്തി പുഞ്ചിരിയമർത്തിക്കൊണ്ട് പറഞ്ഞു.

"ഇന്നേക്ക് എന്നാ കോറം പോലുമാകലൈ. എല്ലാം എവിടെ പോയി കെടക്കുണു ആവോ. നായർ ശടഗോപൻ, വർഗ്ഗീസ്."

"സോറി, ഫോർ ബീയിങ് ലെയ്റ്" എന്ന് ഏകസ്വരത്തിൽ ക്ഷമായാചനം നടത്തിക്കൊണ്ടാണ് നായരും വർഗ്ഗീസും വന്നത്.

"സാരമില്ലെടോ." കൃഷ്ണമൂർത്തി പറഞ്ഞു. "വണ്ടികൾപോലും സമയനിഷ്ഠ പാലിക്കാത്ത നാട്ടിൽ മനുഷ്യരുടെ കാര്യം എന്തു പറയാൻ."

കൃഷ്ണമൂർത്തിയുടെ സ്റ്റേഷനിൽ വണ്ടികളൊന്നും സമയത്തിനെത്താറില്ല. പോകാറുമില്ല. ജീവിതത്തിന്റെ ഭൂരിഭാഗവും ഓണംകേറാമൂലകളിലാണ് കഴിച്ചു കൂട്ടിയത്. സമയത്തിന് വിലയില്ലായിരുന്നു.

വണ്ടി വരുമ്പോൾ വരും; പോകുമ്പോൾ പോകും. അത് അകലങ്ങളിൽനിന്ന് ഓടിപ്പാഞ്ഞ് എത്തിയാലല്ലേ ചുവപ്പുകൊടിയോ പച്ചക്കൊടിയോ കാണിക്കാനാവൂ.. അതു വരെ സ്റ്റേഷൻ മാസ്റ്റർ ധ്യാനത്തിൽ...

ഉടനെ ഒരു പുരാവൃത്തം ആരംഭിക്കുമെന്ന് ഉറപ്പുള്ളതുകൊണ്ട് എല്ലാവരും ചെവി കൊടുത്തു.

പാതിര കഴിഞ്ഞെത്തുന്ന അവസാന ട്രെയിന്റെ വരവും കാത്തിരിക്കയായിരുന്നു കൃഷ്ണമൂർത്തി. കൂട്ടിന് പോർട്ടർ ഔസേപ്പൂട്ടി. രണ്ടു പേരും ഉറക്കം തൂങ്ങുമ്പോഴാണ് സന്ദേശം. വണ്ടി ഒന്നര മണിക്കൂർ ലെയ്റ്റ്, അതായത് ഒന്നേമുക്കാലിന്.

"ഈ രാത്രിയും പോയി, ഔസേപ്പൂട്ടീ, നീ വേണെങ്കി തെല്ലുനേരം കെടന്നോ."

"കെടന്ന്ട്ട് എന്ത് കാര്യം സാറേ ഒറക്കം പിടിക്കുംമ്പഴയ്ക്കും കാലമാടൻ അലറിവിളിച്ചെത്തില്ലേ. അപ്പം തട്ടിപ്പിടഞ്ഞെണീക്കണ്ടെ. തണ്ടല് നീർത്താന്ന് മാത്രം."

"നഷ്ടപ്പെടുന്ന രാത്രികളാണ് നമ്മുടെ ജീവിതം. ഇരുണ്ട രാത്രികളിലേക്ക് അസമയങ്ങളിൽ തെറിച്ചുവീഴുന്ന വെളിച്ചത്തിന്റെ കീറുകളിൽ മിന്നിമറയുന്ന കാഴ്ചകൾ നോക്കിയിരുന്ന് ആയുസ്സിന്റെ നല്ലൊരു ഭാഗം ചോർന്ന് പോയിരിക്കുന്നു. ബാക്കി ഭാഗം..."

ഓസേപ്പൂട്ടിയുടെ കൂർക്കംവലി കേട്ടപ്പോൾ കൃഷ്ണമൂർത്തി വേദാന്തം നിറുത്തി. മേശപ്പുറത്തുണ്ടായിരുന്ന പുസ്തകങ്ങൾ അടുക്കി വെച്ച് തലയിണയാക്കി ഇരുന്നുകൊണ്ടുള്ള ഉറക്കത്തിന് വട്ടം കൂട്ടി.

എന്നാൽ ചുമതലാബോധമുള്ള ഒരാൾക്ക് അന്തം വിട്ടുറങ്ങാനാവുമോ, സ്റ്റേഷൻ മാസ്റ്ററും ബുക്കിങ് ക്ലർക്കും ടി ടി ആറും ഒരാളാണെന്നോർക്കണം. ത്രീ-ഇൻ-വൺ.

അർദ്ധമയക്കത്തിലാണ്, കൗണ്ടറിൽകൂടി വളയിട്ട വെളുത്ത് നേർത്ത ഒരു കൈ നീണ്ടുവരുന്നത്. വെളുപ്പെന്ന് വെച്ചാൽ സ്വർണ്ണം കാച്ചിയ നിറം. ഇരുട്ടത്ത് ഇടിവാളുപോലെ മിന്നിയ ആ കൈയിന്റെ ഭംഗി വർണ്ണിക്കാനാവില്ല. അത്രയും സുന്ദരമായ ഒരുകൈ ഞാനതിന് മുമ്പും പിമ്പും കണ്ടിട്ടില്ല. ടിക്കറ്റ് ചോദിച്ചത് എവിടേക്കാണെന്ന് ഇപ്പോൾ കൃത്യമായി ഓർക്കുന്നില്ല. ഓർമ്മകളാകെ മൂടൽമഞ്ഞുപോലെ... മൂടൽ മഞ്ഞിൽ അവൾ മാത്രമാണ് നിറഞ്ഞുനിന്നത്.

ശ്രോതാക്കളുടെ ശ്വാസഗതി മന്ദീഭവിക്കുന്നതും മുഖങ്ങളിൽ ജിജ്ഞാസപടരുന്നതും മനസ്സിലാക്കി കൃഷ്ണമൂർത്തി ഒരുനിമിഷം മൗനം പാലിച്ചു.

കൈയിന് ഇത്രയും ഭംഗിയാണെങ്കിൽ അത് ചെന്ന് ചേരുന്ന ഉടലിന്റെ മനോഹാരിത എന്താകുമെന്ന് എനിക്കൂഹിക്കാനായില്ല. ഞാൻ തല താഴ്ത്തി കൗണ്ടറിൽക്കൂടി ഒന്നേ നോക്കിയുള്ളൂ. വെള്ള മേഘങ്ങൾ പുതച്ച ഒരപ്സരസ്സ്. രക്തം കിനിയുന്ന ചുണ്ടുകൾ. വശ്യമോഹനമായ കണ്ണുകൾ. മുല്ലപ്പൂക്കൾ വിരിയുന്ന മന്ദഹാസം...

"പൊന്നു ചങ്ങാതിമാരേ, ഞാനൊരു കവിയല്ലാതായി പോയത് നിങ്ങളുടെ നഷ്ടം."

"ഞങ്ങളുടെ ഭാഗ്യം എന്ന് പറയ് കൃഷ്ണമൂർത്തീ.. അല്ലെങ്കി തന്റെ വർണ്ണന കേട്ട് ഞങ്ങക്ക് ബോധം കെടില്ലായിരുന്നോ."

വർഗ്ഗീസിന്റെ മുഖത്ത് നോക്കി നായർ കണ്ണിറുക്കിയത് കൃഷ്ണമൂർത്തി കണ്ടില്ല. തേൻമൊഴിയാൾ കൗണ്ടറിലൂടെ കുനിഞ്ഞു നോക്കിക്കൊണ്ട് പറഞ്ഞു, "കൃഷ്ണമൂർത്തി," തുടർന്നു. "വരൂ, പുറത്തേക്ക് വരൂ ഒരു രാത്രി വൃഥാ നഷ്ടപ്പെടുത്താതെ നമുക്ക് എന്തെങ്കിലും സംസാരിച്ചിരിക്കാം. വണ്ടി വരാൻ ഇനിയും സമയമുണ്ടല്ലോ."

"സത്യം, ഞാനിടിവെട്ടേറ്റതു പോലെ നിന്നു..."

"വരൂന്ന്. എന്താ ഇത്ര ആലോചിക്കാൻ."

അവളുടെ വിരലുകളുടെ മൃദുസ്പർശം എന്നിലാകെ വൈദ്യുതി പ്രവഹിപ്പിച്ചു. ഭാര്യയെ പ്രസവത്തിനയച്ച് ബ്രഹ്മചര്യം അനുഷ്ഠിക്കുന്ന എനിക്ക് അതിസുന്ദരിയായ ഒരു സ്ത്രീയുടെ സാമീപ്യവും സ്പർശനവും ചെറുത്ത് നില്ക്കാൻ വയ്യാത്ത പ്രലോഭനങ്ങളായിരുന്നു. ഞാൻ സ്റ്റേഷൻ മാസ്റ്ററുടെ ക്യാബിനിൽ നിന്ന് പുറത്ത് കടന്നു. വണ്ടികൾ സമയം തെറ്റി ഓടുന്നതോ അവ തമ്മിൽ കൂട്ടിയിടിക്കുന്നതോ ഒന്നും അപ്പോൾ എനിക്ക് പ്രശ്നങ്ങളായിരുന്നില്ല. എന്റെ മുമ്പിൽ നിലാവ് ആറ്റിക്കുറുക്കിയുണ്ടാക്കിയ ഒരു സൗന്ദര്യത്തിടമ്പ് നിന്ന് നൃത്തം ചെയ്യുകയാണ്. വരൂ വരൂ എന്ന് കൈകൾ നീട്ടി ക്ഷണിക്കുകയാണ്. എന്റെ സിരകളിൽ ഉന്മാദം ഓളം തല്ലി ഒഴുകുകയാണ്.. ഞാൻ അവളുടെ മടിയിൽ തല വെച്ച് കിട

ന്നതും അവളുടെ മുഖം കുനിഞ്ഞതും അതോടൊപ്പം മുടി കെട്ടഴിഞ്ഞു വീണ് എങ്ങും അന്ധകാരം നിറഞ്ഞതും മാത്രമേ എനിക്കോർമ്മയുള്ളൂ...

വണ്ടിയുടെ തീക്ഷ്ണമായ വെളിച്ചവും കർണ്ണകഠോരമായ ചൂളം വിളിയും കേട്ട് ഞെട്ടി കണ്ണു തുറന്നപ്പോൾ ഞാൻ റെയിൽപ്പാളത്തിൽ കിടക്കുകയായിരുന്നു. ആയുസ്സിന്റെ വലുപ്പം കൊണ്ട് എങ്ങനെയോ ചാടി പ്പിടഞ്ഞെഴുന്നേറ്റു. സ്റ്റേഷനിൽനിന്ന് കഷ്ടി ഒരു നാഴിക ദൂരെയാണ് ഞാൻ കിടന്നിരുന്നത്. ഔസേപ്പുട്ടി ഉണർന്നിരുന്നതുകൊണ്ട് വണ്ടിക്ക് സിഗ്നൽ കൊടുക്കുകയും കൊടിവീശുകയുമൊക്കെ ചെയ്തു. "ആരാ യിരുന്നു ആ സുന്ദരി?" റെഡ്ഡി വല്ലാത്തൊരക്ഷമയോടെ ചോദിച്ചു. അയാൾ വരാൻ വൈകിയതുകൊണ്ട് കഥയുടെ പൂർവ്വഭാഗങ്ങൾ കേട്ടി രുന്നില്ല.

"അതൊക്കെ നിങ്ങളുടെ അനുമാനത്തിന് വിട്ടുതരുന്നു. പക്ഷേ, എനിക്കുറപ്പായി, യക്ഷികളും അപ്സരസ്സുകളുമൊക്കെ ഉണ്ടെന്ന് പറ യുന്നത് വെറും പൊളിയല്ല." ഖാനോൽക്കർ ഉറക്കെ ചിരിച്ചു. ചിരിച്ചു കൊണ്ട് തന്നെ പറഞ്ഞു.

"മൂർത്തീസാബ്, അവൾ യക്ഷിയായിരുന്നെങ്കിൽ നിങ്ങളുടെ എല്ലു കൾപോലും കിട്ടുമായിരുന്നില്ലല്ലോ, വല്ല നാടൻ വേശ്യയുമാവും."

"ദേ ഇത് കേക്കുമ്പോഴാ എനിക്ക് ചൊറിഞ്ഞുവരണത്. ഞാനെന്താ നുണക്കഥ കെട്ടിച്ചമയ്ക്കായിരുന്നോ?"

കൃഷ്ണമൂർത്തി ദേഷ്യപ്പെട്ട് എഴുന്നേറ്റു. പോകാനൊരുങ്ങി. അപ്പോ ഴേക്കും മറ്റുള്ളവർ ഇടപെട്ടു.

"ഇതൊക്കെ തമാശ്യല്ലേ കൃഷ്ണമൂർത്തീ, വെറും നേരമ്പോക്ക്. അതിനിത്ര ചൂടാവാനുണ്ടോ?"

എല്ലാവരും കൂടി ഇടപെട്ടപ്പോൾ കൃഷ്ണമൂർത്തി തണുത്തു. പിന്നെ അന്ന് ആരും പഴങ്കഥകൾ ആരംഭിച്ചില്ല. പകരം മുൻസിപ്പൽ തൊഴിലാ ളികളുടെ പണിമുടക്കിനെ കോർപ്പറേഷൻ എങ്ങനെ നേരിടണമെന്നതി നെക്കുറിച്ചായി, ചർച്ച. ഗവൺമെന്റ് ഉദ്യോഗസ്ഥന്മാരേക്കാൾ മെച്ചപ്പെട്ട വേതനവും മറ്റാനുകൂല്യങ്ങളും മുനിസിപ്പൽ തൊഴിലാളികൾക്ക് ലഭിക്കു ന്നുണ്ടെന്ന് വർഗ്ഗീസ് പറഞ്ഞപ്പോൾ എസ് എ ഡാങ്കേയുടെ ട്രേഡ് യൂണി യൻ പാരമ്പര്യമുള്ള ഖാനോൽക്കർ എഴുന്നേറ്റ് നിന്ന് ഒരു മൈതാനപ്ര സംഗം തന്നെ നടത്തി. സ്ഥലകാല ബോധമില്ലാതെ പഴമയിലേക്കുള്ള ഒരു യാത്ര. ശ്രോതാക്കളെ നിശ്ശബ്ദരാക്കിക്കൊണ്ട് ഖാനോല്ക്കർ നഗര ത്തിലെ ടെക്സ്റ്റയിൽ മില്ലുകളുടെയും ട്രേയ്ഡ് യൂണിയനുകളുടെയും ചരിത്രത്തിന്റെ ചുരുളഴിച്ചു. മുംബൈയിലെ ട്രേയ്ഡ് യൂണിയൻ പ്രസ്ഥാ നത്തിൽ വിള്ളലുകൾ വീണത് എങ്ങനെയാണെന്നും വർഗ്ഗതാല്പര്യ ങ്ങൾ എങ്ങനെ ഹനിക്കപ്പെട്ടു എന്നും ആ വിടവുകളിലേക്ക് എവിടു ന്നെല്ലാം തല്പരകക്ഷികൾ കയറിപ്പറ്റിയെന്നും ഖാനോൽക്കർ വിവരിച്ചു. അതിനുത്തരവാദികളായ ചിലരുടെ പേരുകൾ പറയാൻ തുടങ്ങിയപ്പോൾ റോഡിൽനിന്ന് ആരോ അയാളെ തെറിവിളിച്ചു. അപ്പോഴേക്കും നായരും

കൃഷ്ണമൂർത്തിയും കൂടി ഖാനോൽക്കറെ ബലമായി പിടിച്ചിരുത്തി.

വടി കൊടുത്ത് അടി വാങ്ങിക്കരുത് ചങ്ങാതീ എന്ന് അവർ പറഞ്ഞപ്പോൾ വടിയും വാരിക്കുന്തവും എനിക്കും വഴങ്ങുമെന്ന് ഖാനോൽക്കർ. ഒരു മദയാനയെ തളയ്ക്കുന്നതുപോലെയാണ് അവർ അയാളെ ശാന്തനാക്കിയത്. സായാഹ്ന സവാരിക്കിറങ്ങിയവർ സംഭവമെന്തെന്നറിയാൻ അവർക്ക് ചുറ്റും കൂടി. പിച്ചു അയ്യരും നായരും ഖാനോൽക്കറോട് പ്രസംഗം നിർത്താൻ ആവശ്യപ്പെട്ടെങ്കിലും വാക്കുകളുടെ തള്ളൽ അയാളുടെ നെഞ്ചിനെ അപ്പോഴും ത്രസിപ്പിച്ചിരുന്നു. ഖാനോൽക്കർ, പക്ഷേ, മറ്റൊരു ലോകത്തിലായിരുന്നു. മറ്റൊരു കാലത്തിലായിരുന്നു. ത്യാഗസമ്പന്നരും നിസ്വാർത്ഥികളുമായ നേതാക്കൾ തൊഴിൽ സമരങ്ങൾ നയിച്ചിരുന്ന കാലം. തൊഴിലാളിപ്രവർത്തനങ്ങളിൽ അക്രമം നുഴഞ്ഞുകയറിയതോടെ കൈയൂക്കുള്ളവൻ കാര്യക്കാരനായി. ബാക്കി ചരിത്രം നിങ്ങൾക്കറിയാവുന്നതുകൊണ്ട് ഞാൻ വിശദീകരിക്കുന്നില്ല. ഖാനോൽക്കർ ഒരു ജാഥ നയിച്ച് തളർന്നതുപോലെ ഇരുന്നു.

ചുറ്റും കൂടി നിന്നവർ പിരിഞ്ഞുപോയപ്പോൾ വർഗ്ഗീസ് പറഞ്ഞു. “ഖാനോൽക്കർ കസറി.”

ഖാനോൽക്കർ തലയിലെ തൊപ്പിയെടുത്ത് വിയർപ്പ് തുടയ്ക്കുന്നതിനിടയിൽ ഒന്ന് പുഞ്ചിരിച്ചതേയുള്ളൂ. പിച്ചു അയ്യർ അവിശ്വസനീയതയോടെ, ആശ്ചര്യത്തോടെ ഖാനോൽക്കറെ നോക്കിക്കൊണ്ടിരുന്നു. ഇയാളെ വെറുമൊരു മിൽത്തൊഴിലാളി (ഗിർണി കാംഗാർ)യായി മാത്രം കണ്ടിരുന്ന തനിക്ക് അയാളിലെ നക്ഷത്രത്തിളക്കം എന്തുകൊണ്ട് കാണാൻ കഴിഞ്ഞില്ല. മനുഷ്യരെ വിലയിരുത്തുന്ന കാര്യത്തിൽ തനിക്ക് പലപ്പോഴും തെറ്റു പറ്റാറുണ്ടെന്ന് അയ്യർ ഓർത്തു.

# എട്ട്

പ്രതിസന്ധി ഒഴിവാക്കിയെങ്കിലും സുബ്ബുഡുവിന് കൃത്യസമയത്ത് തന്നെ ഭക്ഷണംകൊടുത്ത് ഉറക്കിയെങ്കിലും ഒരു രഹസ്യം പേറുന്നവന്റെ അസ്വസ്ഥത പിച്ചു അയ്യർ അനുഭവിച്ചു. തല്ക്കാലം നടന്നതൊക്കെ ഗോപ്യമായി വെക്കാമെങ്കിലും എന്നെങ്കിലും ഒരു ബലൂൺ പൊട്ടുന്നതു പോലെ സംഭവങ്ങൾ പുറത്തായാൽ താൻ ഇതുവരെ ആർജ്ജിച്ചതെല്ലാം വെള്ളത്തിലാവും. വീടിന്റെ വാതിൽ അടഞ്ഞത് പോട്ടെ, അപ്പോൾത്തന്നെ തനിക്കൊന്ന് ഫോൺ ചെയ്ത് വിവരമറിയിക്കാമായിരുന്നില്ലേ. ഏതോ താക്കോലുണ്ടാക്കുന്നവനെ വിളിച്ച് കള്ളത്താക്കോലിട്ട് വീട് തുറപ്പിച്ച തെന്തിനാണ്. നാളെ അവൻ ഒരു ഡ്യൂപ്ലിക്കേറ്റ് കീ ഉണ്ടാക്കി വീട് തുറന്ന് കവർച്ച നടത്തില്ലെന്ന് എങ്ങനെ ഉറപ്പിക്കാം. സത്യം പറഞ്ഞിരുന്നെങ്കിൽ ലോക്ക് മാറ്റാമായിരുന്നല്ലോ. അവനവന് പറ്റിയ തെറ്റ് ഒളിച്ചു വെക്കുന്ന കുബുദ്ധിയാണോ വയസ്സുകാലത്ത്.

ഇരു ചെവികളിൽ കൂടി ഒരേ സമയം രണ്ടു ഭാഷണങ്ങൾ കേൾക്കു ന്നതായി പിച്ചു അയ്യർക്ക് തോന്നി. ഒന്ന് പെൺശബ്ദം. മറ്റേത് ആൺശബ്ദം. ആൺശബ്ദത്തിൽ മിൽത്തൊഴിലാളികളുടെ ദുരവസ്ഥയെക്കുറിച്ചും അവ രുടെ മില്ലുകൾ ഷോപ്പിങ് കോംപ്ലക്സുകളാകുന്ന വിപര്യയത്തെക്കുറി ച്ചുമുള്ള വിലാപങ്ങൾ. പെൺശബ്ദം കണിശക്കാരനെന്നും കാര്യപ്രാപ്തി യുള്ളവനാണെന്നും വീമ്പിളക്കി തന്റെ കീഴ്ജീവനക്കാരെ ഒന്നിനും കൊള്ളാത്തവരെന്ന് മുദ്ര കുത്തിയ ഒരു മനുഷ്യന്റെ പരിതാപകരമായ വീഴ്ചയെക്കുറിച്ചുള്ള പരിദേവനം. വിപരീത ദിശകളിൽനിന്ന് വരുന്ന ശബ്ദ ങ്ങൾ ചെവികളിൽ കൂടി കടന്ന് തലയ്ക്കകത്ത് പൊട്ടിച്ചിതറുന്നു. തല യ്ക്കകത്ത് ഒരു ഡ്രിൽമെഷീൻ പ്രവർത്തിക്കുന്നതുപോലെ.

ഹോം വർക്ക് ചെയ്തു കഴിഞ്ഞപ്പോൾ സുബുഡു അടുത്തേക്ക്

വന്നു. ഭാരിച്ച ഒരു ചുമതല തീർത്ത ആശ്വാസം അവന്റെ മുഖത്ത്. അവന്റെ കവിളിലും തലമുടിയിലും തടവിക്കൊണ്ട് ചോദിച്ചു.

"ഹോം വർക്കെല്ലാം മുടിഞ്ചാച്ചാ?"

"മുടിഞ്ചിട്ട്ത് താത്താ."

"അമ്മ എന്നാ പണ്ണറായ്?"

"ചമയൽ പണ്ണ്റേൻ."

"സാധാരണ അമ്മ അടുക്കളയിൽ എന്താണുണ്ടാക്കുന്നത് എന്ന തിനെക്കുറിച്ച് ഒരു മുൻകൂർ ധാരണ ലഭിക്കുക സുബ്ബുഡുവിൽ നിന്നാണ്. പതിവിന് വിപരീതമായി താത്താ ഒന്നും ചോദിക്കാതിരുന്നപ്പോൾ പേര ക്കുട്ടിയുടെ ബാലമനസ്സിൽ മൗഢ്യം നിറഞ്ഞു. താത്ത എന്താണ് ഒന്നും ചോദിക്കാത്തത്. താത്തയ്ക്ക് സുഖമില്ലേ.

"ഏൻ താത്ത ഒന്നുമേ പേശറ്തില്ലൈ?"

"തല വലിക്കറ്ത് കണ്ണാ."

അത് കേൾക്കേണ്ട താമസം, അവൻ അകത്തെവിടെയോ പോയി അമൃതാഞ്ജനത്തിന്റെ കുപ്പി തിരഞ്ഞുപിടിച്ച് എടുത്തു കൊണ്ടുവന്നു. സ്വയം താത്തായുടെ നെറ്റിയിൽ തേച്ച് തടവാൻ തുടങ്ങി.

അപ്പോൾ പിച്ചു അയ്യരുടെ മനസ്സുരുകി കണ്ണിലൂടെ പുറത്തേക്കൊ ഴുകി.

താൻ ഈ കുഞ്ഞിനെയും കബളിപ്പിച്ചിരിക്കുന്നു. അവനോടും തെറ്റ് ചെയ്തിരിക്കുന്നു. അക്ഷന്തവ്യമായ അപരാധമാണത്. മരുമകളെ വിളിച്ച്, സുബ്ബുഡുവിന്റെ സാന്നിദ്ധ്യത്തിൽ എല്ലാം തുറന്നു പറയാനുള്ള അന്തഃ പ്രേരണ പിച്ചു അയ്യരെ മഥിക്കാൻ തുടങ്ങി. ഉണ്ടായതൊക്കെ സത്യസ ന്ധമായി വളച്ചുകെട്ടില്ലാതെ പറയാനുള്ള വാക്കുകളും വാചകങ്ങളും അയ്യർ മനസ്സിൽ നിരത്തി. അപ്പോഴാണ് കൊല്ക്കത്തയിൽനിന്ന് ടെല ഫോൺ, രാശാമണിയുടെ. അതോടെ വാക്കുകളും വാചകങ്ങളും ശിഥി ലമായി. ഫോണിൽ മകനുമായി സംസാരിക്കുമ്പോൾ തന്റെ ചങ്കിടിപ്പു കൾ അവൻ കേൾക്കുന്നുണ്ടോ എന്ന ഭയമായിരുന്നു അയ്യർക്ക്. അവന്റെ സുഖാന്വേഷണങ്ങൾക്ക് മറുപടി പറയുമ്പോൾ സത്യം ശൗര്യമുള്ള നായ യെപ്പോലെ കുരച്ച് മുന്നോട്ട് ചാടാൻ ശ്രമിച്ചു. പക്ഷേ, പിച്ചു അയ്യർ ചങ്ങ ലയുടെ പിടി വിട്ടില്ല. മകൻ ഫോൺ താഴെ വെച്ചിട്ടും അയ്യർ നിശ്ശബ്ദ മായ ആ ഉപകരണത്തിലേക്ക് നോക്കി തെല്ലിട ചിന്താമഗ്നനായി.

താൻ ആരെയാണ് ഭയപ്പെടുന്നത്. ആരെയാണ് വഞ്ചിക്കുന്നത്. ആരിൽ നിന്നാണ് സത്യം മറച്ചു പിടിക്കുന്നത്. താൻ ജന്മം നല്കി വിദ്യാ ഭ്യാസവും സാരോപദേശങ്ങളും നല്കി സൽഗുണസമ്പന്നനായി വളർത്തിയ മകനേയോ. അവന് എല്ലാം കൊണ്ടും അനുയോജ്യയാണെന്ന് തനിക്കു കൂടി ബോദ്ധ്യപ്പെട്ട് കൊണ്ടുവന്ന മരുമകളേയോ, അതോ തന്നെ ത്തന്നെയോ. അയ്യർക്ക് ഒരു വിശദീകരണമോ ന്യായീകരണമോ ലഭി ക്കുന്നില്ല. ഓർത്തോർത്ത് കിടന്നപ്പോൾ ഉറക്കം പിണങ്ങിപ്പിരിഞ്ഞു. തിരിഞ്ഞും മറിഞ്ഞും കിടക്കുമ്പോൾ പൂണൂലിൽ കെട്ടിയിട്ടിരുന്ന

താക്കോൽ ദേഹത്തെവിടെയെല്ലാമോ കുത്തിക്കയറുന്നു. എന്നാലും അതിനി ഒരിക്കലും ഒരിക്കലും അഴിച്ചുമാറ്റില്ല..

വോൺസ് ബിറ്റൺ ട്വൈസ് ഷൈ...

നിസ്സാരമായൊരു കാര്യത്തെക്കുറിച്ച് ഉറക്കം കളയേണ്ട ആവശ്യമുണ്ടോ. താക്കോലെടുക്കാതെ പുറത്ത് കടന്നപ്പോൾ വാതിൽ അടഞ്ഞുപോയി. അപ്പോൾതന്നെ ഒരാളെ വിളിപ്പിച്ച് വാതിൽ തുറപ്പിക്കുകയും ചെയ്തു.

അതൊക്കെ ശരി തന്നെ. എന്നാൽ അതിന്‌വേണ്ടി താൻ സ്വീകരിച്ച മാർഗ്ഗവും അത് മരുമകളിൽനിന്ന് ഒളിച്ചു വെക്കുന്നതും ശരിയല്ല. തെറ്റ് തന്നെയാണ്. കൃത്യവിലോപമാണ്. ഇതിലും എത്രയോ നിസ്സാരമായ പിഴവുകൾക്കും പോരായ്മകൾക്കും താൻ ചുവന്ന മഷികൊണ്ട് അടിവരയിട്ടിരിക്കുന്നു. വസുന്ധരയും ശങ്കരനാരായണനും സീതാരാമനും പരമേശ്വരൻ നായരും ഇതിലും വലിയ അപരാധങ്ങൾ ചെയ്തവരല്ല.

ഒരു കീ മെയ്ക്കർക്ക് കള്ളത്താക്കോലുണ്ടാക്കാൻ താൻ സൗകര്യം ഒരുക്കി കൊടുത്തു. മാത്രമല്ല, അത് മക്കളിൽനിന്നും മറച്ചു പിടിച്ചു. സത്യം വെളിപ്പെടുത്തിയിരുന്നെങ്കിൽ ഭാഗ്യം അന്ന് തന്നെ പഴയ പൂട്ട് മാറ്റി പുതിയതൊന്ന് തറച്ചേനെ.

ഈ വീട്ടിൽ വൃദ്ധനായ താൻ ഒറ്റയ്ക്കാണെന്നും വീട്ടിനകത്ത് വിലപിടിപ്പുള്ള എന്തെങ്കിലും കാണുമെന്നും ആ പൂട്ടു വിദഗ്ദ്ധൻ ഊഹിച്ചു കാണും. നഗരത്തിൽ അത്രയും വിവരങ്ങൾ ധാരാളമാണ്. ഏത് സമയത്തും ഈ വീട് ആരെങ്കിലും കുത്തി പൊളിച്ചേക്കാമെന്ന് പിച്ചു അയ്യർ ഭയപ്പെട്ടു. ആ ഭയം രാത്രികളിലെ ഉറക്കം കെടുത്തുക മാത്രമല്ല, പിച്ചു അയ്യരുടെ സഹയാത്രികനാവുകയും ചെയ്തു. ജോലിയിൽനിന്ന് വിരമിച്ച് സ്വസ്ഥവും സമാധാനവും നിറഞ്ഞതുമായ ജീവിതം നയിക്കേണ്ടതിനുപകരം ഒരു മുൾമുനയിൽ കുടുങ്ങിയത് വിധിയുടെ വിളയാട്ടമോ. അതോ താൻ വരച്ചു കൂട്ടിയ ചുവന്ന മഷിയടയാളങ്ങളുടെ ഫലസിദ്ധിയോ. പിച്ചു അയ്യർക്ക് ഉത്തരം ലഭിക്കുന്നില്ല...

# ഒൻപത്

**കാ**ലത്തെ വെപ്രാളത്തിനിടയിൽ ഭാഗ്യത്തിന്റെ പതിഞ്ഞ ചോദ്യം. "ടൗണിലേക്കെങ്ങാൻ പോകുന്നുണ്ടോ?"

ഉണ്ട് എന്നൊരുത്തരം പ്രതീക്ഷിച്ചുകൊണ്ടാണ് അന്വേഷണം. സാധാരണ വൈകുന്നേരങ്ങളിലല്ലാതെ താൻ പുറത്ത് പോകുന്ന പതിവില്ലെന്ന് അവൾക്ക് നന്നായിട്ടറിയാം. എന്തെങ്കിലും അത്യാവശ്യകാര്യം കാണും.

"ഒനക്ക് എന്ന വേണം?"

"അത്... വന്ത്.. ബാങ്കീന്ന് കൊറച്ച് പണം എടുക്കണം. അപ്പറം എലക്ട്രിസിറ്റി ബില്ല് കെട്ടണം. ഇന്നേക്ക് ലാസ്റ്റ് ഡേറ്റായതുകൊണ്ടാണ്."

ഇതുവരെ നീ എന്ത് നോക്കിയിരുന്നു എന്നാണ് ചോദിക്കേണ്ടിയിരുന്നത്. എന്നാൽ പിച്ചു അയ്യർ പറഞ്ഞത്.

"വലിയ ക്യൂ കാണും... ഉം. പറവാല്ലൈ... കൊടുത്തല്ലേ പറ്റൂ. കൊടുത്തില്ലെങ്കിൽ കറന്റ് കട്ടു ചെയ്താൽ ഇരുട്ടത്ത് കഴിയേണ്ടി വരില്ലേ?"

അനുകൂലമായ മറുപടി ലഭിച്ചതിനു ശേഷവും മരുമകൾ സംശയിച്ച് നില്ക്കുന്നതെന്തിന്?

അവളുടെ അർത്ഥഗർഭമായ മൗനത്തിൽ ഇനിയും ആവശ്യങ്ങൾ അടയിരിക്കുന്നുണ്ടോ. "നീങ്കൾ... കോപിച്ചിടാതീങ്കോ. ഇലക്ട്രിസിറ്റി ഓഫീസിലേക്ക് പോകുന്ന വഴിയിൽ തന്നെയാണ്, ടെലഫോൺ എക്സ്ചേഞ്ച്. ഫോൺ ബില്ല് കൂടി കൊടുത്താ രണ്ടുമാസത്തേക്ക് തൊന്തരവേ ഇല്ലൈ."

പിച്ചു അയ്യരുടെ മനസ്സിൽ അപ്പോൾ റെഡ്ഡിയുടെ വാക്കുകളാണ് മുഴങ്ങിയിരുന്നത്. റെഡ്ഡി അയാളോടൊപ്പം റിട്ടയർ ചെയ്ത കൂട്ടുകാരനോടു ചോദിച്ചു. "എങ്ങനെയുണ്ട് റിട്ടയേഡ് ലൈഫ്." ഉടനെ മറുപടി

കിട്ടി. "എന്റെ പ്യൂൺ ചെയ്തിരുന്ന ജോലികളൊക്കെ ഇപ്പോൾ ഞാൻ ചെയ്യുന്നു." അത് വാസ്തവമാണെന്ന് അയ്യർക്ക് തോന്നി. ഈ കാലത്തിനിടയ്ക്ക് പിച്ചു അയ്യർ പോസ്റ്റ് ഓഫീസിൽ പോയിട്ടില്ല. ഇലക്ട്രിസിറ്റി ബില്ലോ ടെലഫോൺ ബില്ലോ അടച്ചിട്ടില്ല. അതൊക്കെ ചെയ്യാൻ ആജ്ഞാനുവർത്തികളുണ്ടായിരുന്നു. ഇന്നിപ്പോൾ തനിക്ക് ആജ്ഞകൾ ലഭിച്ചിരിക്കുന്നു.

മുരട്ടു കിഴവാ, മൂന്നു നേരം ശാപ്പാടടിച്ച് തടിയനങ്ങാതിരുന്നാ പിത്തം പിടിക്കും. ജോലിയും അടുക്കളജോലിയുമായി ചക്രശ്വാസം വലിക്കുന്ന ആ കൊച്ചിനെ ഒന്ന് സഹായിച്ചു കൂടെ. അവൾ അദ്ധ്വാനമുള്ള ജോലിയൊന്നുമല്ലല്ലോ പറഞ്ഞത്. അതിനെ ദുർവ്യാഖ്യാനം ചെയ്യേണ്ടതുണ്ടോ. സ്വന്തം മനസ്സിൽനിന്നുണ്ടായ ആ നിർദ്ദേശത്തെ തിരസ്കരിക്കാൻ അയ്യർക്ക് കഴിഞ്ഞില്ല.

"ശരി. ചെക്കെഴുതിടുങ്കോ."

വളരെ ദിവസത്തിനുശേഷം ബസ് പിടിച്ച് ടൗണിലെത്തിയപ്പോൾ അയ്യർക്ക് വല്ലാത്തൊരുന്മേഷം തോന്നി. കാൽമുട്ടുകളിൽ വേദന തോന്നുന്നില്ല. തന്റെ ഉള്ളിലാകെ വെളിച്ചം നിറഞ്ഞതുപോലെ. പരിചയക്കാരെ പലരേയും കണ്ടു.

"സ്വാമി എന്താ പതിവില്ലാതെ?"

"വീട്ടിലിരുന്ന് മടുത്തപ്പോ ഒന്ന് പൊറത്തെറങ്ങീതാ."

"അതൊക്കെ നല്ലത് തന്നെ. ഈ കാണുന്ന തിക്കും തിരക്കും കാറ്റും വെയിലൊക്കെ നമ്മള് കൂടി അനുഭവിക്കേണ്ടതല്ലേ സാമീ?"

"അതുകൊണ്ടാണല്ലോ നിങ്ങളിപ്പോ എന്നെ കണ്ടുമുട്ടിയത്."

പിച്ചു അയ്യർ മറുപടി പറഞ്ഞ് തിരക്ക് ഭാവിച്ച് നടക്കാൻ തുടങ്ങിയെങ്കിലും ചങ്ങാതി വിടുന്ന മട്ടില്ല. പി ഡബ്ല്യു ഡിയിൽ ഓവർസ്യയറായി പെൻഷൻ പറ്റിയ ഗംഗാധരൻ. ഗംഗാധരൻ പറഞ്ഞു. "സ്വാമീ, ഞാനൊരു ചിട്ട വെച്ചിട്ടുണ്ട്. പെൻഷൻ ഒന്നാംതീയതി ഓഫീസിൽ പോയി ക്യാഷായിട്ടേ വാങ്ങൂ. അതെന്തിനാണെന്നോ നമ്മടെ പഴയ സഹപ്രവർത്തകരെ കാണാനും വിശേഷങ്ങളറിയാനും. അന്ന് അവിടെ ഉള്ളവരെയൊക്കെ വിളിച്ച് ക്യാന്റീനിൽ പോയി ചായ കുടിച്ച്, വർത്തമാനം പറഞ്ഞ് സന്തോഷായി പിരിയും. പിന്നെ അടുത്ത ഒന്നാന്തിക്കുള്ള കാത്തിരിപ്പാണ്. കാശിന് വേണ്ടിയല്ല സ്വാമീ. പഴയ കൂട്ടുകാരെയൊക്കെ കാണാനുള്ള മോഹം. നേരെ മറിച്ച് ഞാൻ എന്റെ പെൻഷൻ മണിഓർഡറായോ ട്രഷറീന്നോ വാങ്ങ്വാണെങ്കില് ഞങ്ങളിൽ ആരൊക്കെ രോഗികളായി, ആരൊക്കെ സിദ്ധികൂടി, ആരൊക്കെ ജീവിച്ചിരിക്കുന്നു എന്ന് എങ്ങനെ അറീം? എത്ര നിസ്സാരമെങ്കിലും എന്തിനോവേണ്ടി കാത്തിരിക്കുന്നത് ജീവിതത്തിന് ഒരുന്മേഷമുണ്ടാക്കും സ്വാമീ. അതുകൊണ്ടാണ് പെൻഷൻ എക്കൗണ്ടും വേണ്ടെന്ന് വെച്ചത്."

ഗംഗാധരന്റെ ആശയം പിച്ചു അയ്യർക്ക് ബോധിച്ചു. എന്നാൽ തുടർന്നുവന്ന ചിന്ത പിച്ചു അയ്യരെ ഖിന്നനാക്കി. തന്റെ ഓഫീസിൽ

തന്നെ ഓർക്കാൻപോലും ഇഷ്ടപ്പെടാത്തവരാണ് അധികവും. പിന്നെയല്ലേ സമാഗമങ്ങൾ. അതിനു കാരണക്കാരൻ താൻ തന്നെയാണല്ലോ എന്നോർത്തപ്പോൾ പിച്ചു അയ്യർക്ക് അല്പം വിഷമം തോന്നി. അത് കാര്യ മാക്കാതെ ബാങ്കിലേക്ക് കയറി. ഇലക്ട്രിസിറ്റി ബില്ലും ടെലഫോൺ ബില്ലും കൊടുത്തു കഴിഞ്ഞപ്പോഴേക്കും സൂര്യൻ തലയ്ക്ക് മുകളിൽ എത്തിയിരുന്നു. സ്കൂൾബസ് വരുന്നതിന് മുമ്പ് വീട്ടിലെത്തുകയും വേണം. പിച്ചു അയ്യർ ചെന്നിയിലൂടെ ഒലിച്ചിറങ്ങുന്ന വിയർപ്പു ചാലു കൾ രണ്ടാംമുണ്ടുകൊണ്ട് തുടച്ച് ബസ് സ്റ്റാന്റിലേക്ക് വലിഞ്ഞു നടന്നു.

# പത്ത്

**കൃ**ത്യനിഷ്ഠയുടെ കാര്യത്തിൽ പിച്ചു അയ്യർ ഇന്നും കടുകട്ടിയാണ്. താൻ മറ്റുള്ളവർക്ക് ക്ലോക്കാണ്. പിച്ചു അയ്യർ പുൽത്തകിടിയിലെത്തുന്നത് നോക്കി വാച്ച് അഡ്ജസ്റ്റ് ചെയ്യാം. നാലുമണി. ശടഗോപനാണ് പറഞ്ഞത്, പിച്ചു അയ്യർ എന്ന പേരു മാറ്റി നാലുമണി അയ്യർ എന്നാക്കാമെന്ന്. ചുരുക്കപ്പേര്, മണി അയ്യർ.

നാലുമണിക്ക് പുൽത്തകിടിയിൽ പിച്ചു അയ്യർ തോർത്ത് വിരിച്ചിട്ടില്ലെങ്കിൽ അതിന് മതിയായ കാരണം കാണും. നിസ്സാരമായ ചുമയോ ജലദോഷമോ പനിയോ ഹാജർ മുടങ്ങാൻ മതിയായ കാരണമല്ല. എന്ത സുഖമുണ്ടെങ്കിലും വൈകുന്നേരം ഒന്നൊത്തുകൂടിയില്ലെങ്കിൽ അതു തന്നെ രോഗകാരണമാവും. സായാഹ്നസംഗമങ്ങൾ പുരാവൃത്തങ്ങൾക്ക് വേണ്ടിയാണ്. ഗതകാല സംഭവങ്ങൾ അയവിറക്കുന്നതിന് വേണ്ടിയാണ്. അവശേഷിച്ചിട്ടുള്ള ആയുസ്സിന്റെ ആരോഗ്യത്തിന് വേണ്ടിയാണ്. സ്വകാര്യ ദുഃഖങ്ങളെ ചിരിച്ച് പുറന്തള്ളാൻ വേണ്ടിയാണ്.

ഇന്ന് വർഗ്ഗീസിന്റെ ഊഴം.

വർഗ്ഗീസ് ചോദിച്ചു.

"നമ്മളൊക്കെ നമ്മടെ വീട്ടില് അധികപ്പറ്റാവുന്ന ഒരു കാലം വരുംന്ന് നിങ്ങളാരെങ്കിലും കരുതീട്ട്ണ്ടോ?" ആരും മറുപടി പറഞ്ഞില്ല. ഓരോരുത്തരും സ്വന്തം സ്ഥാനം നിർണ്ണയിക്കയാവും, പിച്ചു അയ്യർ മനസ്സിൽ കരുതി. അതിനിടയ്ക്ക് വർഗ്ഗീസ് പറഞ്ഞു, "സത്യം പറഞ്ഞാ നമ്മളൊക്കെ അധികപ്പറ്റാണ്. നമ്മടെ വിയർപ്പിന്റെ വിലകൊണ്ട് കെട്ടിയുണ്ടാക്കിയ, അല്ലെങ്കിൽ പണിതുയർത്തിയ, വീട്ടിൽ നാം അന്യർ. പരിഷ്കാരികളായ അതിഥികൾ വരുമ്പോൾ മക്കളുടെ അന്തസ്സ് കുറയാതിരിക്കാൻ വേണ്ടി നമ്മളെ മക്കൾ മുറിയിലടച്ച് പൂട്ടുന്നു. അതല്ലാത്തപ്പോൾ

നാം പേരക്കുട്ടികൾക്ക് കാവലിരിക്കുന്നു. അത്യാവശ്യത്തിന് പീടികയിൽ പോയി ഉപ്പും മുളകും വാങ്ങുന്നു. അവസാനം എണീക്ക മുട്ടുമ്പോൾ നോക്കാൻ നഴ്സുമാരെ ഏർപ്പെടുത്തുന്നു. "തന്തേടെ തീട്ടോം മൂത്രോം കോരാൻ ആരെക്കോണ്ടാവും. കെടപ്പാണെങ്കിലും തീറ്റയ്ക്ക് ഒരു കൊറവൂല്ല്യാ..."

പൊന്നു ചങ്ങാതിമാരേ, നിങ്ങളോർത്തിട്ടുണ്ടോ നമ്മുടെ അന്ത്യകാലത്തെപ്പറ്റി..."

"കഴിഞ്ഞ തവണ ന്റെ അമേരിക്കല്ള്ള മോൻ വന്നപ്പൊത്തൊട്ടേ വല്യേ സ്നേഹം കാണിക്കാൻ തൊടങ്ങി. അവനേക്കാൾ സ്നേഹം പെമ്പ്രന്നോത്തിക്ക്. അപ്പന് വയസ്സായിരിക്ക്വല്ലേ. നമ്മക്ക് ഒരു കംപ്ലീറ്റ് മെഡിക്കൽ ചെക്കപ്പ് നടത്തണം. എനിക്ക് പിന്നെ മനസ്സമാധാനത്തോടെ തിരിച്ച് പോകാലോ."

"എടാ മോനേ, ജോർജൂട്ടീ, അപ്പന് ദൈവസഹായം കൊണ്ട് ഇപ്പൊ ഒരു കൊഴപ്പൊല്യ. നീ ഡോക്ടർമാർക്ക് കൊടക്കാൻ വെച്ചേക്കണ കാശ് അപ്പന്റെ കൈയീ തന്നേക്ക്. എനിക്ക് ചില്ലാനത്തിന് ത്തിരി മുട്ടുണ്ട്."

അത് കേട്ടപ്പോ ന്റെ മക്കടെ മോന്ത ചെറുതായി മച്ചിങ്ങോളായി.

വർഗ്ഗീസ് ഒരു  തമാശ പറഞ്ഞതുപോലെ ഉറക്കെ ചിരിച്ചു.

രണ്ടീസം കഴിഞ്ഞപ്പോ മോൻ വീണ്ടും അടുത്ത് കൂടി.

"അപ്പോ, അപ്പന് ഇവടെ മാസ വരുമാനം എത്രേണ്ട്?"

"ചെലവ് മുട്ടിപ്പോകും."

കൃത്യമായ കണക്കുകളൊന്നും വർഗ്ഗീസ് മക്കളെ അറിയിച്ചിട്ടില്ല.

"കള്ള വഹകള് കൊത്തിപ്പെറുക്കും. എന്റെ എളേ മോൻ ആള് പെശകാ. അപ്പന് വെഷം തരാനും കൂടി അവൻ മടിക്കില്ല. അമേരിക്കക്കാരൻ ദുരാഗ്രഹിയല്ല. അവന്റെ കൈയില് പൂത്ത പണംണ്ട്ന്ന് കൂട്ടിക്കോളൂ. ഭാര്യ നഴ്സാണ്. വല്ല്യേ വീടും. ഭാര്യക്കും ഭർത്താവിനും വെവ്വേറെ കാറുമൊക്കെയുണ്ട്. അതോണ്ട്ള്ള കണ്ണുകടിയാണ്, എല്ല്യോന്. അവൻ പഠിക്കാതിരുന്നത് എന്റെ കുറ്റം കൊണ്ടാണോ. കൊടി പിടിക്കാനും ജാഥ നയിക്കാനും ഒക്കെ പോയിട്ടല്ലേ. അന്ന് ഞാനെത്ര പറഞ്ഞതാ. മോനേ, കൊച്ചുവർക്കീ, ഇത് നമുക്ക് പറ്റ്യ പണ്യല്ല. നാലക്ഷരം പഠിച്ചാലേ നിനക്ക് മേൽഗതിണ്ടാവുള്ളൂ. ആര് കേക്കാൻ. അവന്റെ പിന്നില് നിന്നോര് തഞ്ചം കിട്ടീപ്പോ മുന്നിലേക്ക് ചാടി. ചെലര് പഞ്ചായത്ത് മെമ്പർമാരായി. ചെലര് കൗൺസിലർമാരായി. ഭരണം അവരടെ കൈയില് വന്നപ്പൊ മിടുക്കന്മാരൊക്കെ അപ്പക്കഷണങ്ങൾ  കൊത്തിപ്പറന്നു. ഈ മരമണ്ടൻ അതിനൊന്നും പോവാതെ ഊമ്പി നടന്നു. ആദർശവാൻ, ആദർശം കൊണ്ട് ഭാര്യേടേം മക്കൾടേം വയറ് നെറയില്ലെന്നറിഞ്ഞപ്പഴേക്കും സമയം വൈകി. അതിന് കെറുവിക്കണത്  അപ്പനോട്. അസൂയ അനുശനോട്.. ങ്ങാ... ഞാൻ പറഞ്ഞു വന്നത് ജോർജൂട്ടീടെ കാര്യാണല്ലോ. അവന് ആദ്യത്തെ കുഞ്ഞ് പെറക്കാൻ പോണു. എന്തോ മനസ്സില് വെച്ചോണ്ടാണ് എന്നെ ചുറ്റിപ്പറ്റി നിക്കണതെന്ന് മനസ്സിലായി. അപ്പനാരാ

മോൻ എന്ന് അമേരിക്കക്കാരൻ സായ്‌വിനറ്യോ. എന്റെ ഉള്ളിൽ ഒരു ചിരി വിടർന്ന് നിന്നു. എന്റെ മോൻ അത് കണ്ടിട്ടുണ്ടാവ്ല്യാ. തീർച്ച. എങ്കിലും അവൻ അടവൊന്ന് മാറ്റി ഒരാഗ്രഹം പറഞ്ഞാ അപ്പനെതിര് പറേര്ത്. പറയ്യോ?"

"ആഗ്രഹം കേൾക്കട്ടെ ആദ്യം."

"ഞങ്ങക്ക് മോനാണ് ജനിക്കുന്നതെങ്കിൽ ഗീവർഗ്ഗീസ് എന്ന് അവന് പേരിടട്ടെ?"

"അത് വേണോടാ മോനേ. അമേരിക്കേല് ജനിക്കാൻ പോണ കുട്ടിക്ക് എന്തിനാടാ നാടൻ പേര്. അവനൊരമേരിക്കൻ പേര് തന്നെ ഇട്. കെന്നഡീന്നോ. ബുഷ് എന്നോ ക്ലിന്റൻന്നോ. അങ്ങനെ വല്ലതും.."

അന്നും അവന്റെ മനസ്സിലിരിപ്പ് പുറത്ത് വന്നില്ല. രണ്ട് ദെവസം കഴിഞ്ഞപ്പോ വീണ്ടും പറ്റിക്കൂടി.

"അപ്പൻ മാന്യമായ സൈന്യസേവനത്തിനുശേഷം ഒരു തുക്കടാ കമ്പനീല് സെക്യൂരിട്ടി ഓഫീസറായി പോകേണ്ട കാര്യമൊണ്ടായിരുന്നോ?"

"അതില് നെണക്കെന്താ ഏനക്കേട്?"

"ഞങ്ങള് അപ്പനെ നോക്കാത്തതു കൊണ്ടാണ് വയസ്സ് കാലത്ത് ജോലിക്ക് പോകണതെന്ന് നാട്ടുകാര് പറയില്ലേ?"

"നാട്ടുകാരുടെ അഭിപ്രായമനുസരിച്ചാണോ നമ്മള് നമ്മടെ ജീവിതം ചിട്ടപ്പെടുത്തണത്? ഓരോരുത്തനും അവന് ബോധിച്ച പോലെ ജീവിക്കുന്നു. അത്രതന്നെ."

"അപ്പൻ ജോലീന്ന് പിരിഞ്ഞ് വീട്ടിലിരുപ്പായില്ല്യേ. ഇനി എന്ത് ചെയ്യും?"

"കൈക്കോട്ട് എടുത്ത് കളയ്ക്കൂടാ പുല്ലേ."

എന്റെ ദേഷ്യം വരാന് തൊടങ്ങീന്ന് അവന് മനസ്സിലായി.

"ഓ, ഇനി അപ്പനെക്കൊണ്ട് അതൊന്നും നടക്കുന്ന കാര്യല്ല. എന്റെ ആഗ്രഹം പറയ്യാണെങ്കില് അപ്പൻ ഞങ്ങടെ കൂടെ വന്ന് താമസിക്ക്. അപ്പനെ ഞങ്ങള് പൊന്നുപോലെ നോക്കാം. വട്ടച്ചെലവിന് മാസം ആയിരം ഡോളറും തരാം."

ഞാൻ ഇമയനക്കാതെ അവന്റെ മൊകത്തുതന്നെ നോക്കിയിരുന്നു. തെല്ലിട അപ്പോൾ മകൻ വിശദീകരിച്ചു.

"ആയിരം ഡോളറ് എത്ര ഉറുപ്പ്യായീന്നാ അപ്പന്റെ വിചാരം?"

ഞാൻ മറോടി പറഞ്ഞില്ല. എന്റെ കണ്ണുകൾ അപ്പോഴും അവന്റെ മൊകത്ത്.

അവൻ തെല്ലൊന്ന് പതറിക്കൊണ്ട് പറഞ്ഞു. "ഏകദേശം അറുപത്തായ്യായിരം."

അത് പറഞ്ഞ് തീരണേന്റെ മുമ്പ് ഞാനൊരാട്ടു കൊടുത്തു.

"ഫാ, എരപ്പാളീ, നെന്റെ അറുപത്തയ്യായിരം കൂവയ്ക്ക് ഞാൻ അവിടെ വന്ന് കൊച്ചിന് കാവലിരിക്കണം. അല്ലേടാ?"

"അതാണ് അപ്പന്റെ ദുർബ്ബുദ്ധി. അട്ടേ പിടിച്ച് മെത്തേമ്മെ കെടത്താൻ നോക്ക്യ എന്നെ വേണല്ലോ പറ്യാൻ."

"എടാ അമേരിക്കക്കാരൻ സായ്‌വേ, ആ മെത്ത മടക്കി വെച്ചേര്. അതീ കെടക്കാൻ എന്നെ കിട്ടില്ല. ഇനി നെന്റെ ഒക്കെ പാദസേവ ചെയ്ത് എനിക്കൊരു സമ്പാദ്യവും വേണ്ട. ആരുടേം ഓശാരവും വേണ്ട. രണ്ടു നേരം കഞ്ഞി കുടിക്കാനുള്ള വഹ കർത്താവ് തന്നിട്ടുണ്ട്. അതൊക്കെ ധാരാളം മതി."

അവൻ അരിശം പിടിച്ച് എഴുന്നേറ്റുപോയി.

മകനോട് അങ്ങനെയൊക്കെ പറഞ്ഞെങ്കിലും ഉള്ളിൽ നിറയെ സംഘർഷമായിരുന്നു. ഓമനിച്ച് വളർത്തിയ ഇളയ മകന്റെ കൂടെയാണ് ഇപ്പോൾ താമസം. അവനെ താൻ അന്തകനെപ്പോലെ ഭയപ്പെടുന്നു. അകാരണമായ ഭയം. ജീവിതത്തിൽ താൻ ഒരുചെകുത്താനേയും ഭയപ്പെട്ടിട്ടില്ല. എന്നാൽ കൊച്ചുവർക്കിയെന്ന ചെകുത്താനെ ഇപ്പോൾ ഭയമാണ്. അവൻ തന്റെ രാത്രികളിൽ ദുഃസ്വപ്നങ്ങൾ നിറയ്ക്കുന്നു. ഒരു ദിവസം രാത്രി അവൻ കഴുത്ത് ഞെക്കി കൊല്ലുമെന്ന ഭയത്തിന്റെ പിടിയിലാണ് വർഗ്ഗീസ്.

"അതൊക്കെ തന്റെ മനസ്സിന്റെ വിഭ്രാന്തിയാണെടോ. തന്റെ ഇളയ മകൻ ഒരുറുമ്പിനെപ്പോലും ദ്രോഹിക്കാത്ത പച്ചപ്പാവമാണ്. അച്ചടക്കവും നീതിബോധവുമുള്ള ഒരു പാർട്ടിയിലെ മെമ്പറാണവൻ."

ഇടത് പക്ഷചായ്‌വുള്ള നായരുടെ അഭിപ്രായം കേട്ടപ്പോൾ വർഗ്ഗീസ് അർത്ഥഗർഭമായി പുഞ്ചിരിച്ചു.

"അതൊക്കെ പണ്ട്. ഇന്ന് സത്യവും ധർമ്മവും നീതിബോധവും പറഞ്ഞു നടന്നാ ഗേറ്റിന് പൊറത്ത്. ചക്കര കുടത്തിൽ കൈയിടാനും അത് നക്കി തോർത്താനും ഉള്ള മത്സരങ്ങളുടെ കഥകളല്ലേ മ്മള് ദെവസോം പത്രത്തില് വായിക്കണേ? എത്ര യോഗ്യന്മാരടെ തനി നെറം മ്മള് കണ്ട്കഴിഞ്ഞു. ഇനി എത്ര പേർണ്ട് തലേല് മുണ്ടിടാതെ നടക്കാൻ പറ്റ്യോരായിട്ട്?"

"വർഗ്ഗീസേ, താൻ പട്ടാളത്തിൽ ചേർന്നതുകൊണ്ടും യുദ്ധങ്ങൾ കണ്ടിട്ടുള്ളതുകൊണ്ടുമാണ് എപ്പോഴും തനിക്കുചുറ്റും ശത്രുക്കളാണെന്ന തോന്നൽ." ശത്രുവിനെതിരെ സദാ ജാഗരൂകനായിരിക്കുന്നതും അവന്റെ നീക്കങ്ങളെ സസൂക്ഷ്മം വീക്ഷിക്കുന്നതും പട്ടാളക്കാരന്റെ ജോലിയാണല്ലോ. പട്ടാളത്തിൽനിന്ന് പിരിഞ്ഞ്വന്ന് ഏതോ കമ്പനിയിൽ സെക്യൂരിറ്റി ഓഫീസറായി ജോലി ചെയ്യുമ്പോഴും വർഗ്ഗീസ് ഒരു സങ്കല്പ ശത്രുവിനെതിരെ ജാഗ്രത പുലർത്തിപ്പോന്നു. പെൻഷൻ പറ്റി വീട്ടിലിരിപ്പായപ്പോൾ ഒരു ശത്രുവില്ലാതായി.

ഒരു ശത്രു ചുറ്റുവട്ടത്തില്ലാത്ത ജീവിതത്തിന് എരുവും പുളിയുമില്ല. അങ്ങനെയാണ് എപ്പോഴും കൂടെക്കഴിയുന്ന ഇളയ മകനെ ശത്രുസ്ഥാനത്ത് അവരോധിക്കുന്നത്.

"എടോ ഞങ്ങളിലാരെയെങ്കിലും താൻ ഉന്നം വച്ചിട്ടുണ്ടോ."

ശടഗോപൻ ചോദിച്ചു. "തന്റെ പട്ടാളത്തോക്കിൽ ഇപ്പോഴും തിരിയില്ലാന്നാരു കണ്ടു. വാസ്തവം പറഞ്ഞാൽ ഞങ്ങൾക്ക് തന്നെയാണ്, പേടി. തന്നെ ഞങ്ങൾ ഒരു ശത്രുവായോ ചാരനായോ കാണുകയാണെങ്കിൽ താനെന്തു ചെയ്യും?"

"ഞാനെന്നാ ചെയ്യാനാ?"

"അതാണ് തന്റെ മകന്റേയും സ്ഥിതി. അതുകൊണ്ട് വർക്കിച്ചായൻ ഒരുകാര്യം ചെയ്യ്. ഇന്ന് മുതൽ തനിക്ക് ശത്രുക്കളില്ലെന്ന് ആത്മബോധനം നടത്ത്. രാത്രി ഉറങ്ങാൻ കിടക്കുമ്പോൾ ലോകത്തിലെ സകല മനുഷ്യരും തന്റെ ബന്ധുക്കളാണെന്ന് ആവർത്തിച്ച് പറഞ്ഞുകൊണ്ട് കിടന്നുറങ്ങ്. തനിക്ക് ശാന്തിയും സമാധാനവും ലഭിക്കും."

വർഗ്ഗീസ് അർത്ഥഗർഭമായി ഒന്ന് മൂളി. ആ മൂളലിന്റെ നാനാർത്ഥങ്ങളോർത്തുകൊണ്ട് മറ്റുള്ളവർ നിശ്ശബ്ദരായി.

# പതിനൊന്ന്

**ഇ**പ്പോൾ ഇടയ്ക്കിടെ മരുമകൾ അന്വേഷിക്കും, ടൗണിലെങ്ങാനും പോകുന്നുണ്ടോ? ഉണ്ട് എന്നുതന്നെയാണ് അവൾ പ്രതീക്ഷിക്കുന്ന മറുപടി. അതുകൊണ്ട് മറിച്ച് പറയാറില്ല. മറുപടി ലഭിക്കുന്നതിന് മുമ്പ് തന്നെ അവൾ ആവശ്യങ്ങൾ ഉന്നയിച്ചിരിക്കും. ബാങ്ക് ജോലികൾ, ബില്ലുകളടയ്ക്കൽ, പോസ്റ്റ് ഓഫീസ്, പലവ്യഞ്ജനങ്ങൾ, പച്ചക്കറികൾ... എന്തെങ്കിലുമൊന്ന് എപ്പോഴുമുണ്ടാവും. വീട്ടിന് പുറത്തുള്ള ജോലികളുടെ ബാദ്ധ്യത തന്റെ തലയിൽ കെട്ടിവെച്ചിരിക്കുന്നു. എല്ലാം അവളുടെ ഏകപക്ഷീയ തീരുമാനങ്ങൾ. രാശാമണിക്ക് ഇതിൽ പങ്കുണ്ടോ എന്നറിയില്ല. പല കാര്യങ്ങളും അവൻ ഒരു ചെവിയിൽ കൂടെ കേട്ട് മറു ചെവിയിലൂടെ കളയുകയാണ് പതിവ്. എന്നാൽ ഒരു ഭർത്താവിനും അയാൾ എത്ര പുലിവീരനായാലും, ഭാര്യമാരെ തീരെ അവഗണിക്കാനോ അവരുടെ അഭിപ്രായങ്ങൾക്ക് വില കല്പിക്കാതിരിക്കാനോ കഴിയില്ല. കുടുംബത്തിന്റെ ഭദ്രതയ്ക്കും കെട്ടുറപ്പിനും അതാവശ്യമാണ്. അതറിയാവുന്നതുകൊണ്ട് തന്റെ അതൃപ്തികളോ അസന്തുഷ്ടികളോ മകന്റെ മുന്നിൽ പ്രകടിപ്പിക്കാറില്ല. അവന് ആരുടേയും പക്ഷം ചേരാനാവില്ലല്ലോ. എങ്കിലും ഭാഗ്യം വീട്ടിലില്ലാത്തപ്പോൾ അച്ഛനും മകനും കൂടി പഴയ കാലങ്ങളിലേക്ക് സഞ്ചരിക്കാറുണ്ട്. കല്പാത്തി പുഴയിൽ നീന്താറുണ്ട്. രഥോത്സവത്തിൽ പങ്കെടുക്കാറുണ്ട്. തല മൊട്ടയടിച്ച് കാവടിയേന്തി പഴനിയിൽ പോയി പഞ്ചാമൃതം കഴിക്കാറുണ്ട്.

“എത്ര പഞ്ചാമൃതം കഴിച്ചാലും ഒനക്ക് തൃപ്തിയില്ലെ.”

“നീ ചൊൽറ്ത് ശരിയാക്കുമപ്പാ. എനക്ക് ഇപ്പോവും കഴിക്കണെന്ന് തോന്ന്റ്ത്.”

രാശാമണിയുടെ ഉപനയനം ശങ്കര മഠത്തിൽവെച്ച് നടത്തണമെന്ന

നിർബ്ബന്ധം സരോജയ്ക്കായിരുന്നു. അവളുടെ ആഗ്രഹംപോലെ ഗംഭീരമായി ആഘോഷിച്ചു. പ്രോവിഡന്റ് ഫണ്ടിൽനിന്ന് ലോണെടുത്താണ് ചെലവ് ചെയ്തത്...

നിനക്ക് ഓർമ്മയുണ്ടോ എന്നറിയില്ല. മൂന്നോ നാലോ വയസ്സ് പ്രായമേയുള്ളൂ. ഇറയത്ത് നിന്ന് മുറ്റത്തേക്ക് ഒരു ചാട്ടം ചാടിയതാ. കൈ കുത്തി വീണു. കൈയൊടിഞ്ഞു. തോളിൽ കിടത്തി രണ്ടു നാഴിക നടന്നാണ് തോമസ് ഡോക്ടറുടെ അടുത്തേക്ക് കൊണ്ടുപോയത്...

ഇതൊക്കെ ഇത്ര കൊട്ടിഘോഷിക്കാനെന്തിരിക്കുന്നു. രോഗം വന്നാൽ ചികിത്സിക്കുന്നതും വിശക്കുമ്പോൾ ആഹാരം കൊടുക്കുന്നതുമൊക്കെ അച്ഛന്മാർ ത്യാഗത്തിന്റെ പട്ടികയിൽ പെടുത്തി കണക്കു പറയാനും പ്രതിഫലം ആവശ്യപ്പെടാനും തുടങ്ങിയാൽ മക്കൾ കുഴങ്ങിയതുതന്നെ എന്നാവും മരുമകളുടെ പ്രതികരണം. പലതും കണ്ടില്ലെന്നും കേട്ടില്ലെന്നും നടിക്കാൻ ഇതിനകം താൻ പഠിച്ചു കഴിഞ്ഞിരിക്കുന്നു. അമ്മായി അമ്മയും മരുമകളും തമ്മിലുള്ള പോരുകൾക്ക് ആദിയും അന്തവുമില്ല. പുരാണങ്ങളിൽ തുടങ്ങി ആധുനിക ടി വി സീരിയലുകളിലേക്ക് അതൊഴുകി പടർന്നിരിക്കുന്നു. എന്നാൽ മാമനാരും മരുമകളും തമ്മിലുള്ള ശീതസമരങ്ങൾക്ക് ഉദാഹരണങ്ങൾ ധാരാളമുണ്ടാവില്ല. അതുകൊണ്ട് മകന് പോലും സംശയം ജനിക്കാതിരിക്കാൻ വേണ്ടി പിച്ചു അയ്യർ സംയമനം പാലിക്കുന്നു. അപ്പാവും മകനും കൂടി രാജാമണിയുടെ കൈയൊടിഞ്ഞ കഥ പറഞ്ഞതിന്റെ മൂന്നാം ദിവസമാണ് പിച്ചു അയ്യരുടെ കാലൊടിഞ്ഞത്.

കാലത്ത് ബാങ്കിൽ പോയി പണമെടുക്കാൻ മരുമകൾ ചെക്കെഴുതി മേശപ്പുറത്ത് വെച്ചു. ഇപ്പോൾ അങ്ങനെയാണ്. വിനയത്തോടെയുള്ള സമ്മതം ചോദിക്കലൊന്നുമില്ല. Familiarity breeds comtempt, you know... ടെലഫോൺ ബില്ലും ചെക്കും മേശപ്പുറത്തുണ്ടെങ്കിൽ പോയി കൊടുക്കണം. അതുപോലെതന്നെ ഇലക്ട്രിസിറ്റി ബില്ലും. അതിനൊക്കെ വേണ്ടി ദുർവ്യയം ചെയ്യാറുള്ള വാക്കുകളും ലാഭിച്ചിരിക്കുന്നു. ചെക്കുമായി ബാങ്കിലേക്ക് നടക്കുമ്പോൾ വെയിലിന്റെ കാഠിന്യം തളർത്തിയിരുന്നു. എന്തോ ഓർത്തുകൊണ്ട് നിറവെയിലിൽനിന്ന് ബാങ്കിന്റെ അകത്തളത്തിലേക്ക് കടന്നപ്പോൾ കണ്ണാടിച്ചുമരുകളുടെ സാന്നിദ്ധ്യം അറിഞ്ഞില്ല. നേരെ നടന്നു. ചില്ലുകൾ തകരുന്ന ഒച്ചകേട്ട് ഞെട്ടി നോക്കുമ്പോൾ കാല്ക്കീഴിൽ ചോരപ്പുഴ. ഭയംകൊണ്ട് എടുത്തുചാടിയപ്പോൾ ഗ്രാനൈറ്റ് ഫ്ളോറിൽ കാൽ വഴുതി. കാലുകളിൽ ചില്ലുകൊണ്ട മുറിവല്ലാതെ കുഴപ്പമൊന്നുമില്ലെന്നാണ് ആദ്യം ഡോക്ടറും കരുതിയത്. ഹെയർ ലൈൻക്രാക്ക് കണ്ടുപിടിച്ചത് എക്സ്രേ എടുത്തപ്പോൾ. കാൽ പ്ലാസ്റ്ററിലിട്ട് ക്രെച്ചസിൽ തൂങ്ങി ഞൊണ്ടിക്കയറി വന്നപ്പോഴും മരുമകളുടെ മുഖത്ത് പശ്ചാത്താപരേഖകൾ തെളിഞ്ഞിരുന്നില്ല. ഇതെങ്ങനെ പറ്റി എന്ന ആശ്ചര്യം മാത്രം. അവൾ ഭർത്താവിന് ഫോൺ ചെയ്ത് വിളിക്കണോ എന്ന സംശയത്തിലായിരുന്നു. അത് മനസ്സിലാക്കിക്കൊണ്ട്

തന്നെ പറഞ്ഞു,

"എൻത്ക്ക് അവനെ കൂപ്പ്ടണം? അവൻ ഓഫീസ് വിട്ട് വന്താപ്പോ തും."

എന്നാൽ സുബ്ബുഡു അതിനകം വിവരം ഡാഡിയെ ഫോൺ ചെയ്ത് അറിയിച്ചു കഴിഞ്ഞിരുന്നു. അന്നുവൈകുന്നേരം പുൽത്തകിടിയിൽ നാലു മണിയായില്ല. സമയം നിശ്ചലം. കാറ്റൂതിയില്ല. ഇലയനങ്ങിയില്ല. കൃഷ്ണ മൂർത്തിയും ഖാനോൽക്കറും റെഡ്ഡിയും വർഗ്ഗീസും ശടഗോപനും നായരും മേനോനുമൊക്കെ പരസ്പരം നോക്കി. എല്ലാ നോട്ടങ്ങളിലേയും ചോദ്യം ഒന്നുതന്നെ. നമ്മ വാച്ച് എങ്കേ?

അവർ എല്ലാവരും കൂടി ഒരു ചെറിയ ജാഥയായി പിച്ചു അയ്യരുടെ വീട്ടിലെത്തി. എല്ലാവരും ഒരേ സ്വരത്തിൽ കരഞ്ഞു. "എന്നടാ പിച്ചു, എന്നായിട്ടത്?"

പിച്ചു അയ്യർ എല്ലാം വിസ്തരിച്ച് പറഞ്ഞു. മൂന്ന് വാരത്തേക്ക് റെസ്റ്റ്. പിന്നെ പ്ലാസ്റ്ററ് വെട്ടിയതിന് ശേഷം എന്താ വേണ്ടതെന്ന് ഡോക്ടർ പറയും.

കൃഷ്ണമൂർത്തി ആദ്യം ബോൾപെന്നെടുത്ത് പ്ലാസ്റ്ററിന്മേൽ എഴുതി: get well soon. പിന്നെ ഒരു ചെറിയ വൃത്തം വരച്ച് നാലുമണി സമയം കാണിക്കുന്ന രണ്ടു സൂചികളും. തുടർന്ന് എല്ലാവരും അവരവരുടെ ഭാഷ കളിൽ ആശംസകൾ കുറിച്ചു. കൈയൊപ്പ് ചാർത്തി.

ആ സമയമത്രയും പിച്ചു അയ്യരുടെ മനസ്സിൽ അങ്കലാപ്പായിരുന്നു. കൂട്ടുകാർ വീട്ടിൽ വന്നിട്ട് ഒരു ഗ്ലാസ് ചായ പോലും കൊടുക്കാതെ... ഇത്രയും ആളുകൾക്ക് ചായ വെക്കാൻ ഭാഗ്യത്തിനോട് എങ്ങനെ പറയും. അവൾ ഓഫീസിൽ നിന്ന് വന്ന് കയറിയിട്ടേയുള്ളൂ. കാപ്പി കുടിക്കാമെന്ന് ലോഹ്യമെങ്കിലും പറയാതിരുന്നാൽ അവർ തന്നെ നിർത്തി തൊലിയൂരിയും.

പിച്ചു അയ്യർ ആകെ അസ്വസ്ഥനായി. തന്റെ പൂർവ്വപുണ്യമാവാം മരുമകൾക്ക് നല്ല ബുദ്ധി തോന്നിയത്. അവൾ എല്ലാവർക്കും ചായ കൊണ്ടുവന്നു.

അപ്പോൾ പിച്ചു അയ്യർ ആലോചിച്ചു. ഭാഗ്യം നീ വിളഞ്ഞവൾതന്നെ. മറ്റുള്ളവരുടെ മുന്നിൽ ഷൈൻ ചെയ്യാൻ നിനക്ക് നന്നായിട്ടറിയാം.

# പന്ത്രണ്ട്

പ്ലാസ്റ്റർ വെട്ടി. സ്പിരിറ്റിൽ മുക്കിയ പഞ്ഞികൊണ്ട് നഴ്സ് കാല് വൃത്തിയായി തുടച്ചു. വീൽചെയറിലിരുത്തി എക്സ്രേ റൂമിലേക്ക്. എക്സ്രേ പ്ലെയ്റ്റുകൾ നോക്കി ഡോക്ടർ പറഞ്ഞു, "രണ്ടാഴ്ച കൂടി കാലിന് വിശ്രമം. പിന്നെ ഊന്നുവടി ഉപയോഗിച്ച് മെല്ലെ നടക്കാൻ തുടങ്ങുക. കുറച്ച് ദിവസത്തേക്ക് കാലിന് ഭാരം കൊടുക്കരുത്." "പുറത്തിറങ്ങാതെ വീട്ടിലിരുന്നു മടുത്തു, ഡോക്ടർ.." "ശരിയാണ് പക്ഷേ, പ്രായം കൂടി കണക്കിലെടുക്കണ്ടേ?" "തൈലം പെരട്ടി തിരുമ്മിയാലോ ഡോക്ടർ?" "അതുകൊണ്ട് പൊട്ടിയ എല്ല് കൂടിച്ചേരുമോ. എങ്കിൽ വിരോധമില്ല." ഡോക്ടർ പുറത്തേക്ക് പോയി. അലോപ്പതി ഡോക്ടറോട് തൈലത്തിന്റെ കാര്യം പറയേണ്ടായിരുന്നു എന്ന് പിച്ചു അയ്യർക്ക് തോന്നി. ഏത് കഷ്ട കാലത്താണ് താൻ ബാങ്കിൽചെന്നു കയറിയതെന്ന് കുണ്ഠിതപ്പെട്ടുകൊണ്ട് പിച്ചു അയ്യർ മകന്റെ തോളിൽ ബലമൂന്നി ഓട്ടോറിക്ഷയിൽ കയറി.

രണ്ടാഴ്ച കഴിഞ്ഞിട്ടും പിച്ചു അയ്യരെ കാണാതിരുന്നപ്പോൾ ഓരോ രുത്തരായി അന്വേഷിച്ച് വരാൻ തുടങ്ങി, അവർക്കെല്ലാം പറയാനുള്ളത് ഒന്നുതന്നെ "പുൽത്തകിടിയിൽ ഇപ്പോൾ നാലുമണി ആവുന്നതേയില്ല. പിച്ചുവില്ലാത്ത സായാഹ്നങ്ങൾ മഹാബോറ്.."

അവർ തന്നെ സന്തോഷിപ്പിക്കാൻ വേണ്ടിയാവാം അങ്ങനെയൊക്കെ പറയുന്നത്. താൻ ഒരവിഭാജ്യഘടകമാണെന്ന് പിച്ചു അയ്യർ വിശ്വസി ക്കുന്നില്ല. രസംകൊല്ലിയല്ലാത്ത ഒരു ശ്രോതാവായിരുന്നു എന്ന് മാത്രമേ പറയാനാവൂ. രംഗം അടക്കിവാണിരുന്നവർ കൃഷ്ണമൂർത്തിയും നായരും ശടഗോപനും വർഗ്ഗീസും റെഡ്ഡിയുമൊക്കെയാണ്. വയസ്സുകാലത്തിന്റെ ഓരോ നിറം മാറ്റങ്ങൾ. അല്ലെങ്കിൽ പിച്ചു അയ്യർക്ക് മീതെ ദൈവമൊഴിച്ച് ആരെങ്കിലുമുണ്ടെന്ന് താൻ കരുതുമായിരുന്നോ. ഏത് മദയാനയേയും പിടിച്ചുകെട്ടാൻ പിച്ചു അയ്യർ ഒറ്റയ്ക്ക് മതി എന്ന അഹങ്കാരത്തിന്റെ കിരീടം

എപ്പോഴെങ്കിലും അഴിച്ചുവെച്ചിട്ടുണ്ടോ. ആ കിരീടമില്ലാതെ തന്നെക്കാണാൻ ഒരു ചന്തവുമില്ലെന്ന് മുടന്തി നടക്കുമ്പോഴും താടിരോമങ്ങൾ വളർന്ന മുഖം കണ്ണാടിയിൽ കാണുമ്പോഴും കയ്പുരസമായി ഉള്ളിൽ കിനിയുന്നു..

ഇപ്പോൾ ഓഫീസ് ജോലികൾക്ക് പുറമെ പുറം ജോലികളും ഭാഗ്യത്തിന്റെയും രാശാമണിയുടെയും ബാദ്ധ്യതകളായിരിക്കുന്നു. കുട്ടികളുടെ മുടക്കദിവസങ്ങളിലെ വിശ്രമം താൻ തട്ടിയെടുത്തിരിക്കുന്നു. അതന്യായമാണ്. ദീവാളി വെക്കേഷനാവുമ്പോൾ സുബ്ബുഡുവിനെയും കൂട്ടി നാട്ടിൽ പോയാലോ എന്നാലോചിച്ചു. പാലക്കാട്ടും ചിറ്റൂരും ചേലക്കരയും വൈക്കത്തുമൊക്കെ ബന്ധുക്കളുണ്ട്. ഈ രണ്ട് ദിവസം ഓരോരുത്തരുടെ കൂടെ കഴിച്ചാൽ തന്നെ രണ്ടാഴ്ച പോകും. ട്രെയിനിലാവുമ്പോൾ കാൽ നീട്ടിവെച്ച് യാത്ര ചെയ്യാം, സഹായത്തിന് സുബ്ബുഡു. കുറേ ദിവസമായി ഒറ്റയ്ക്കിരുന്നു മനസ്സിൽ മുളപ്പിച്ചെടുത്ത ആഗ്രഹം രാശാമണിയെ അറിയിച്ചു. അവൻ മറുപടിയൊന്നും പറഞ്ഞില്ല. അന്നത്തെ *ഹിന്ദു* പത്രത്തിന്റെ പേജുകൾ അലക്ഷ്യമായി മറിച്ചു.

“നീ ഒന്നും ചൊല്ലലൈ..?”

“അത് വേണ്ടാപ്പാ..”

അറുത്തു മുറിച്ചല്ല പറഞ്ഞതെങ്കിലും വിസമ്മതം പ്രകടമായിരുന്നു. അച്ഛന് ഇവിടെ സുഖക്കുറവു കൊണ്ടാണോ പഴയ ബന്ധങ്ങൾ പുതുക്കണമെന്ന് തോന്നുന്നത് എന്നൊരു ചോദ്യം എവിടെയോ നിശ്ശബ്ദമായി സ്പന്ദിക്കുന്നുണ്ടെന്ന് പിച്ചു അയ്യർക്ക് തോന്നി. വൃദ്ധമനസ്സിന്റെ വികലചിന്തകളാവാം. എങ്കിലും...

അതു ശരിയാണ്. ഉദ്യോഗവും ഗമയുമുണ്ടായിരുന്ന കാലത്ത് കല്പാത്തിയും രഥോത്സവവും ബന്ധുക്കളും വല്ലപ്പോഴും മനസ്സിലേക്ക് കയറി വരാറുള്ള അനാവശ്യ ചിന്തകളായിരുന്നു. അവയെ അകത്ത് കടത്താതെ പടിവാതിലടച്ച് സാക്ഷയിടാനായിരുന്നു, ബദ്ധപ്പാട്, ഇപ്പോൾ ഒരുതരം നിസ്സഹായതാബോധം മുറ്റി നില്ക്കുമ്പോൾ ഒരു ഭിക്ഷാംദേഹിയെപ്പോലെ പഴയ തിരുമുറ്റങ്ങളിലേക്ക്... തന്റെ നേരെ അടയുന്ന വാതിലുകൾ പിച്ചു അയ്യരുടെ സുഖസ്മൃതികളെ പുറന്തള്ളി. പനംപട്ടകളിൽ പടരുന്ന ഉച്ചക്കാറ്റ് ഉഷ്ണം വിതച്ചുകൊണ്ട് ഉള്ളിലൂടെ കടന്നുപോയി. അഗ്രഹാരത്തിലെ പഴയ വീട് വിറ്റ് സാധനങ്ങൾ പെറുക്കി കെട്ടി വഴിവക്കിലെ കോലങ്ങൾ മാച്ചുകൊണ്ട് അച്ഛനോടൊപ്പം ഇറങ്ങിപ്പോരുമ്പോൾ എട്ടാം ക്ലാസിൽ പഠിച്ചിരുന്ന പിച്ചു അടുത്തവെക്കേഷന് നാട്ടിൽ വരാമെന്നാണ് കൂട്ടുകാരോടൊക്കെ പറഞ്ഞത്. വേരുകൾ പിഴുതെടുത്ത് പോരുമ്പോഴുള്ള വേദനയും അനിശ്ചിതത്വവും വിഹ്വലതകളും അറിയാനുള്ള തന്റേടമുണ്ടായിരുന്നില്ല. ഇന്ന് ഓർമ്മയുടെ ഊടുവഴിയിലൂടെ നടന്ന് ആ പഴയ അഗ്രഹാരത്തിലെത്താൻ വയ്യാത്തവണ്ണം വിലക്കുകളും ബന്ധങ്ങളും നിസ്സഹായതയും തന്നെ വരിഞ്ഞ് മുറുക്കുന്നു. ഇല്ല പിച്ചു അയ്യർ എവിടേക്കുമില്ല. നടക്കാറായാൽ തന്റെ കൂട്ടുകാരുടെ ഇടയിലേക്ക് മാത്രം. അവരുമായി പങ്കുവെച്ചാൽ തീരാത്ത ദുഃഖങ്ങളില്ല. സന്തോഷങ്ങളുമില്ല. അവരാണാശ്രയം. അവരാണാലംബം. സമവയസ്കർ. തുല്യദുഃഖിതർ. അവരും ഞാനുമെന്ന ഭേദഭാവങ്ങൾ മാഞ്ഞ് ഞങ്ങളെന്ന ഏകീഭാവം മാത്രം.

# പതിമൂന്ന്

ഏതാണ്ട് ഒരുമാസത്തെ ഹാജരില്ലായ്മയ്ക്ക് ശേഷം പിച്ചു അയ്യർ തിരിച്ചുവന്നപ്പോൾ ഹർഷാരവങ്ങളോടെയും ആർപ്പുവിളികളോടെയുമാണ് കൂട്ടുകാർ സ്വീകരിച്ചത്. അല്പം മുടന്തി വടിയുടെ സഹായത്തോടെയാണ് നടന്നുവന്നത്. പോരുന്ന വിവരം സുബ്ബുഡുവിനെ മാത്രമേ അറിയിച്ചുള്ളൂ. മകൻ ഇനിയും കുറേ ദിവസംകൂടി വിശ്രമമെടുക്കണമെന്ന ശാഠ്യത്തിലായിരുന്നു. ഇവിടം വരെ നടന്നുവന്നു എന്നറിയുമ്പോൾ അവൻ ദേഷ്യപ്പെടാതിരിക്കില്ല. ഒരു സ്കൂൾ കുട്ടി ക്ലാസിൽനിന്ന് പുറത്ത് പോകാൻ അനുവാദം ചോദിക്കുന്നതുപോലെ ഏജീസ് ഓഫീസിലെ സെക്ഷൻ ഓഫീസറായിരുന്ന പിച്ചു അയ്യർ അനുവാദം ചോദിക്കുക! അതിൽപ്പരം ലജ്ജാകരമായിട്ടെന്താണുള്ളത്. അനുവാദങ്ങൾക്ക് വേണ്ടി തന്റെ മുമ്പിൽ കാത്ത് നില്ക്കാറുള്ളവരുടെ നിരയിൽ അവസാനത്തെ ആളായി നില്ക്കുന്നത് താൻ തന്നെ. "നീ കുഴിച്ച കുഴിയിൽ വീണത് നീ തന്നെ."

"എടാ പിച്ചൂ, തന്റെ പേര് ഞങ്ങൾ വെട്ടിയിരിക്കുന്നു," കൃഷ്ണമൂർത്തി പറഞ്ഞു. "വീണ്ടും ചേർക്കണമെങ്കിൽ അഡ്മിഷൻഫീസും പെനാൽട്ടിയുമൊക്കെ വേണ്ടിവരും." നായർ കൂട്ടിച്ചേർത്തു.

"ഞാൻ പിഴയടച്ചോളാം." പിച്ചു അയ്യർ ചിരിച്ചുകൊണ്ട് പറഞ്ഞു. അങ്ങനെയൊന്ന് ചിരിച്ചിട്ട് നാളെത്രയായി എന്നോർക്കുകയും ചെയ്തു.

നിലത്ത് ചമ്രം പടിഞ്ഞിരിക്കാൻ വയ്യാത്തതുകൊണ്ട് ഒരു കാൽ മടക്കി ഒടിഞ്ഞകാൽ നീർത്തിവെച്ചാണ് ഇരുന്നത്. ആ അസൗകര്യം പോലും വല്ലാത്തൊരു സുഖമാണെന്ന് തോന്നി. പാരതന്ത്ര്യം മാനികൾക്ക് മൃതിയേക്കാൾ ഭയങ്കരം. തന്റെ മകന്റെ വീട്ടിൽ തനിക്ക് അസ്വാതന്ത്ര്യമാണെന്നോ അസൗകര്യമാണെന്നോ പറഞ്ഞാൽ കേൾക്കുന്നവർ നെറ്റി

ചുളിക്കും.

മുരട്ട് കിഴവന്റെ അഹമ്മതിയാണ്. ഇത്തരക്കാരെ ഒറക്കത്തില് തല്ലി ക്കൊല്ലണം. പത്താംക്ലാസും കൊട്ടും വാദ്യവും പഠിച്ച് വന്നവനൊക്കെ ഗവൺമെന്റ് ആപ്പീസുകളിൽ കയറി കാലുപിടിച്ചും സേവ പറഞ്ഞും ആളായിരുന്നൊരു കാലണ്ടായിരുന്നു. പിച്ചു അയ്യരെപ്പോലള്ളോര് ആപ്പീ സിൽനിന്ന് വീട്ടിലെത്തിയാലും ആപ്പീസറായി തന്നെ തുടർന്നു. അതോണ്ട്ള്ള കൊഴപ്പാ അയാൾക്ക്. ആ പറയുന്നതിലും ന്യായമുണ്ട്. കീഴ്ജീവനക്കാരെ മുഴുവൻ ടൈപ്പ്റൈറ്ററുകളായി കാണുന്ന മനോഭാവ മായിരുന്നു അന്നത്തെ ഓഫീസുകളിൽ. എങ്ങനെയെങ്കിലും മുകളിലേക്ക് തട്ടിയെറിയപ്പെടുന്നവർ പഴയകാലം പാടേ വിസ്മരിക്കുന്നു. പിച്ചു അയ്യർ അതിനൊരപവാദമായിരുന്നു എന്ന് വസുന്ധരയോ വിജയകൃഷ്ണനോ സീതാരാമനോ പരമേശ്വരൻനായരോ പറയുമോ.

ഇന്ന് ഓഫീസുകളിൽ കൊട്ടും വാദ്യവുമില്ല. തികഞ്ഞ നിശ്ശബ്ദത യിൽ മങ്ങുകയും തെളിയുകയും ചെയ്യുന്ന കമ്പ്യൂട്ടർ സ്ക്രീനുകൾ. എം സി എ യും എം ബി എ യുമൊക്കെ പഠിച്ച മിടുമിടുക്കന്മാർ. അവ രുടെ സമീപനം വേറെ. ജോലി ചെയ്യുന്ന രീതികൾ വേറെ. അവരെ കൊത്തിക്കൊണ്ടുപറക്കാൻ ക്യാംപസുകളിൽ കോർപ്പറേറ്റ് കഴുകന്മാർ കൊക്കും നഖവും മൂർച്ച കൂട്ടി കാത്തിരിക്കുന്നു. ലക്ഷങ്ങളുടെ പാക്കേ ജുകൾ. "ഇനിയുള്ളകാലം രാഷ്ട്രത്തിന്റെയും പ്രസ്ഥാനങ്ങളുടെയും ആശയും ആവേശവുമൊക്കെ ചെറുപ്പക്കാരായിരിക്കും. വയസ്സന്മാർ പുറ ന്തള്ളപ്പെടും. അവരെക്കൊണ്ട് ആർക്ക് പ്രയോജനം?"

നായർ ധർമ്മരോഷത്തോടെ ചോദിച്ചു.

"ആലോചിച്ച് നോക്കിയാൽ അതല്ലേ ശരി." ഖാനോൽക്കർ സൗമ്യ തയോടെ പറഞ്ഞു.

മരണത്തോടടുത്ത വയസ്സന്മാർക്ക് വിദഗ്ദ്ധ ചികിത്സയ്ക്കും മറ്റുമായി ഭീമമായ തുകകൾ ചെലവിടുന്നത് ന്യായീകരിക്കത്തക്കതല്ല എന്നുവരെ അഭിപ്രായങ്ങളുയരുന്നുണ്ട്. അത്രയും തുക കുട്ടികളുടെ ചികിത്സയ്ക്ക് മാറ്റിവെച്ചാൽ ആരോഗ്യമുള്ള ഒരു തലമുറയുടെ അസ്ഥിവാരമായി.

വയസ്സന്മാർക്ക് വേണ്ടി എയർകണ്ടീഷൻ ചെയ്ത മോർഗുകളും ശര ണാലയങ്ങളും നടത്തുന്നത് ലാഭകരമായ ബിസിനസായി മാറിയിരി ക്കുന്നു. പ്രത്യേകിച്ചും കേരളത്തിൽ. ജീവിച്ചിരിക്കുന്നതിനേക്കാൾ ശ്രദ്ധയും പരിചരണവും ലഭിക്കുന്നത് മരണശേഷമാണ്. മരണാനന്തര ശുശ്രൂഷകൾ.. അതിൽ രണ്ടു കാര്യങ്ങളുണ്ട്. ഒന്ന് അമേരിക്കയിലോ ജർമ്മനിയിലോ ന്യൂസിലാന്റിലോ ഉള്ള മക്കൾ പറന്നിങ്ങെത്തുന്നതുവരെ ശവം ചീഞ്ഞുനാറാതെ സൂക്ഷിക്കണം. രണ്ട്. തന്തപ്പടിയെക്കൊണ്ടുള്ള ശല്യം തീർന്ന നിലയ്ക്ക് മരണാനന്തരചടങ്ങുകൾ ഗംഭീരമാക്കി മക്ക ളുടെ സ്നേഹവും കടപ്പാടും നാട്ടുകാരെ ബോധ്യപ്പെടുത്തുവാനുള്ള അവ സരം ലഭിക്കുന്നു. കൂട്ടുകാരുടെ സംഭാഷണം കേട്ടിരുന്നപ്പോൾ ഒരു ജാപ്പ നീസ് ചലച്ചിത്രം കണ്ടതിന്റെ ഓർമ്മ അയ്യരെ അലട്ടി. എത്ര ശ്രമിച്ചിട്ടും

സിനിമയുടെ പേര് ഓർമ്മ വരുന്നില്ല. ജീവിതത്തിലാകെ പത്ത് സിനിമ പോലും കണ്ടിട്ടുണ്ടാവില്ല. അതും മറ്റുള്ളവരുടെ പ്രേരണ കൊണ്ട്. ഈ ചിത്രവും അങ്ങനെ കണ്ടതാണ്.

വളരെ പ്രായമായിട്ടും മരിക്കാത്ത കിഴവന്മാരെ ആഘോഷത്തോടെ ചുമന്നുകൊണ്ടുപോയി ഒരു മലഞ്ചെരുവിൽ ഉപേക്ഷിച്ച് പോകുന്ന ബന്ധുക്കളും ഇഷ്ടജനങ്ങളും. മഞ്ഞിന്റെ വെൺമയിൽനിന്ന് വേർതിരിക്കാനാവാത്ത അസ്ഥികൂടങ്ങളുടെ ചിരി. ജീവന്റെ പ്രകാശം കെട്ടടങ്ങാത്ത മുഖങ്ങളിലെ മരണഭീതിയിലേക്ക് പറന്നിറങ്ങുന്ന കഴുകന്മാർ. കാലത്തിന്റെ കരിച്ചാലുകൾ വീണ ഒരു വൃദ്ധയുടെ മുഖം ഇന്നും മനസ്സിലുണ്ട്. അവരുടെ മുഖത്ത് കഴുകൻചിറകിന്റെ കറുത്ത നിഴൽ വീണപ്പോൾ താൻ കണ്ണടച്ചു..

അന്ന് വാർദ്ധക്യം വളരെ ദൂരയായിരുന്നിട്ടും സിനിമയിലെ ദൃശ്യങ്ങൾ ഏറെ നാളത്തേക്ക് പിച്ചു അയ്യരെ നിരന്തരം വേട്ടയാടി. രാത്രികൾ ദുഃസ്വപ്നഭരിതവും നിദ്രാവിഹീനങ്ങളുമായി. മനസ്സിൽ ആ പഴയ രംഗങ്ങളുടെ ചുരുൾ നിവർന്നപ്പോൾ പിച്ചു അയ്യർക്ക് ശ്വാസതടസ്സമുണ്ടായി. "എന്താ പിച്ചു എന്ത് പറ്റി?" എല്ലാവരും ഒരേ ശബ്ദത്തിൽ ചോദിച്ചു. കൃഷ്ണമൂർത്തി നെഞ്ച് തടവി. നായർ വെള്ളം കുടിക്കാൻ കൊടുത്തു. രംഗം ശാന്തമായപ്പോൾ മേനോൻ പറഞ്ഞു.

"നമ്മൾ നമ്മുടെ അവസ്ഥകളെ ദുരവസ്ഥകളാക്കുകയാണ്. വേണ്ടാത്തത് ചിന്തിച്ചും പറഞ്ഞും നമുക്ക് നിയന്ത്രണമില്ലാത്ത കാര്യങ്ങളെ അവയുടെ പാട്ടിന് വിടുക. കവിവാക്യം ഓർമ്മയുണ്ടോ ആർക്കെങ്കിലും?

ഒരു നിശ്ചയമില്ലയൊന്നിനും വരുമോരോ ദശ വന്നപോലെ പോം... എനിക്കൊരു കൂട്ടുകാരനുണ്ടായിരുന്നു. ജീവൻലാൽമേത്ത. ഒരു കിരാണാ ദുകാനില* മുനിംജി. ഞങ്ങൾ ജീവനെന്ന് വിളിച്ചു. ഒറ്റത്തടി. അച്ഛനും അമ്മയും കുട്ടിക്കാലത്തേ നഷ്ടപ്പെട്ടു. അവരുടെ ഓർമ്മയുടെ ഭാരം പോലും ജീവൻലാലിനുണ്ടായിരുന്നില്ല. അതുകൊണ്ട് മുൻപിൻ നോക്കാതെ ലാഘവത്വത്തോടെ ജീവിച്ചു. ജീവിച്ചു എന്ന് പറഞ്ഞാൽ പിള്ളേരുടെ ഭാഷയിൽ അടിപൊളിയായി ജീവിച്ചു. ദിവസവും അലക്കിത്തേച്ച ധോത്തിയും ജുബ്ബയും ധരിച്ചു. അതിനുമീതെ നെഹ്റു ജാക്കറ്റ്. കറുത്ത തൊപ്പി. സ്വർണ്ണഫ്രെയ്മുള്ള കണ്ണട. റോഡിൽവെച്ചുകണ്ടാൽ ജീവൻ ഒരു മന്ത്രിയോ രാഷ്ട്രീയനേതാവോ ആണെന്നേ ആരും ധരിക്കൂ. ആഴ്ചയിൽ രണ്ടു ദിവസം വ്യഭിചരിച്ചു. മൂന്നു ദിവസം കോഠികളിൽ** പോയി നൃത്തവും പാട്ടും മദ്യവും ആസ്വദിച്ചു. ബാക്കി രണ്ടുദിവസം വീട്ടിലിരുന്ന് സമൃദ്ധമായ മദ്യപാനം മാത്രം. ജീവൻലാലിന് ഹൃദ്രോഗമോ ക്യാൻസറോ പ്രമേഹമോ ഗുഹ്യരോഗങ്ങളോ ബാധിച്ചില്ല. എൺപത്തിരണ്ടുവയസ്സുവരെ ചിട്ടകൾ തെറ്റിക്കാതെ ജീവിച്ചു. അവസാനം ഒരു

---

* കമ്മീഷൻ ഏജന്റ്

** പാട്ടും നൃത്തവും കുലത്തൊഴിലാക്കിയവരുടെ ഇടം.

നൃത്തക്കാരിയുടെ മടിയിൽ കിടന്ന് മരിച്ചു. ചിലങ്കയുടെ മന്ദ്രസ്വനത്തിലും നർത്തകിയുടെ അംഗവടിവിലും മുഗ്ദ്ധനായിരിക്കുമ്പോൾ അയാൾ തീർച്ച യായും മരണത്തെക്കുറിച്ച് ചിന്തിച്ചിരിക്കയില്ല. മരണശേഷം തനിക്കെന്ത് സംഭവിക്കുമെന്നോ തന്നെ ആർ ഏത് ശ്മശാനത്തിൽ ദഹിപ്പിക്കുമെന്നോ ആലോചിക്കാനുള്ള അവസരം പോലും ജീവൻ ബാക്കി വെച്ചില്ല." ജീവൻ ലാലിന്റെ കഥ എല്ലാവരും സശ്രദ്ധം കേട്ടു. അപ്പോൾ മേനോൻ പുഞ്ചി രിച്ചുകൊണ്ട് പറഞ്ഞു. "ഞാൻ നിങ്ങളോട് ജീവൻലാലിനെപ്പോലെ ജീവി ക്കാനല്ല പറഞ്ഞത്. അതിന് നിങ്ങളെക്കൊണ്ടാവില്ലെന്ന് എനിക്ക് നന്നാ യിട്ടറിയാം. പക്ഷേ, ഒന്ന് നമുക്കാവാം. ബിന്ദാസായി* ജീവിക്കുക. അങ്ങ നെയൊരു മനോഭാവം വളർത്തിയെടുത്താൽ തന്നെ നമ്മുടെ ആധികളും വ്യാധികളും ഒഴിയും."

എല്ലാവരും അതിനോട് യോജിച്ചു. എന്നാൽ എങ്ങനെ എവിടെ തുടങ്ങും എന്നൊരന്തല്ല്യായ എല്ലാവർക്കുമുണ്ടായിരുന്നു.

---

* മുൻപിൻ നോക്കാതെ, വേവലാതികളില്ലാതെ.

# പതിനാല്

രണ്ട് ദിവസമായി ചൗധരി ഹാജരില്ല. സ്ഥിരാംഗമാണ്. തൂവെള്ള ധോത്തിയും സിൽക്കുജൂബ്ബയും സ്വർണ്ണച്ചെയിനും സ്വർണ്ണഫ്രെയ്മുള്ള കണ്ണടയും വാക്കിങ് സ്റ്റിക്കുമായി ചൗധരി പഴയ ജമീന്ദാർ പ്രൗഢിയോടെ നടന്നുവരുന്നതിന് ഒരാനച്ചന്തമുണ്ട്. കാലം മാറിയെങ്കിലും താനിപ്പോഴും ജമീന്ദാർ തന്നെയാണെന്ന് ചൗധരി വിശ്വസിക്കുന്നു. താൻ മുറുക്കുന്നതിനും തുപ്പുന്നതിനും ചിരിക്കുന്നതിനും സംസാരിക്കുന്നതിനും അതിന്റേതായ അന്തസ്സുണ്ട്. കൃത്രിമമായി ഉണ്ടാക്കുന്നതല്ല. ജന്മസിദ്ധം. അത് മറ്റുള്ളവരുടെ മുമ്പിൽ പ്രദർശിപ്പിക്കുവാനുള്ള സന്ദർഭങ്ങളൊന്നും പാഴാക്കുന്നവനല്ല ചൗധരി. നിസ്സാരമായ അസുഖങ്ങൾക്കൊന്നും തോറ്റു കൊടുക്കുന്നവനുമല്ല. എന്തെങ്കിലും കാര്യമായ അസുഖമോ അസൗകര്യമോ ഇല്ലെങ്കിൽ എത്താതിരിക്കില്ല. പനിയും ജലദോഷവുമൊന്നും സുഖക്കേടായി കരുതുന്നവനല്ല പുള്ളി. രണ്ട് പെഗ്ഗ് ബ്രാന്റി അകത്താക്കി നന്നായിട്ടൊന്നു മുറുക്കിയാൽ പിൻതിരിഞ്ഞോടുന്ന അസുഖങ്ങളേ ചൗധരിയെ പിടികൂടാറുള്ളൂ. ഊഹങ്ങൾ മതിയാക്കി എല്ലാവരുംകൂടി പോയി വിവരമന്വേഷിക്കാൻ തീരുമാനിച്ചു. അതാണല്ലോ നടപടിക്രമം. ഒമ്പതുപേർ മൂന്ന് ഓട്ടോറിക്ഷകളിൽ കടന്നുപറ്റി. അഡ്രസ് അറിയാമായിരുന്നിട്ടും വഴി തെറ്റി. കറങ്ങിത്തിരിഞ്ഞ് ചെന്നപ്പോൾ അടഞ്ഞവാതിലുകളാണ് സ്വാഗതം ചെയ്തത്. സ്വീകരണമുറിയിലെ ശൂന്യമായ ഈസിച്ചെയർ ജനലിലൂടെ കാണാം. തിരിച്ച് പോരാൻ ആരംഭിക്കുമ്പോൾ കോണിപ്പടികളിൽ കാൽപ്പെരുമാറ്റം.

വാതിൽമണിയിൽ വിരലമർത്തിയത് ഖാനോൽക്കർ. കോണിപ്പടികൾ ശബ്ദിച്ചതുകൊണ്ടല്ല അയാൾ മണിയടിച്ചത്. അത് കേൾക്കാൻ വേണ്ട ശ്രവണശക്തി ഖാനോൽക്കറുടെ കാതുകൾക്കില്ല. ദീർഘകാലമായി പരി

ചയിച്ച ഒരു ക്രിയ അബോധപൂർവ്വം ചെയ്തതാണ്. അതിന് ഫലമുണ്ടായി. വാതിലിന്റെ താഴു നീങ്ങി. വാതിൽ തുറന്നു. പതിന്നാലുകാരിയുടെ കൈയിൽ നിവർത്തിപ്പിടിച്ച പുസ്തകം.

പുസ്തകത്തിന്റെ പേര് കണ്ടുപിടിക്കാൻ പിച്ചു അയ്യർ വിഫലശ്രമം നടത്തി. വെറുതെ പെൺകുട്ടി ഈ കിളുന്തുപ്രായത്തിൽ ഒറ്റയ്ക്കിരുന്നു വായിക്കുന്നത് മിൽസ് ആന്റ് ബൂൺ കഥകളാണോ. ഹാരിപോട്ടറാണോ സിഡ്നിഷെൽഡനാണോ, ശോഭാ ഡേയാണോ എന്നറിയാനുള്ള നിരുപദ്രവകരമായ ഒരു വയസ്സൻ കൗതുകം. പക്ഷേ, പെൺകുട്ടി അയ്യരെ തോല്പിച്ചു കളഞ്ഞു. ഒരുതരത്തിലും പുസ്തകത്തിന്റെ പുറം ചട്ടയിലേക്ക് നോട്ടമെത്താൻ മാർഗ്ഗമില്ല. അയ്യരുടെ ഗൂഢോദ്ദേശ്യം സഫലമാക്കാനുള്ള രഹസ്യശ്രമങ്ങൾ മനസ്സിലാക്കാതെ വർഗ്ഗീസ് പച്ചമലയാളത്തിൽ ചോദിച്ചു.

"എടീ കൊച്ചേ നിന്റെ അപ്പൂപ്പനെവിടെ?"

ഒന്നും മനസ്സിലാവാതെ പെൺകുട്ടി "ക്യാ ക്യാ" എന്ന് ചോദിച്ചു. വയസ്സൻ പടയെക്കണ്ട് അവൾ ആദ്യം ഒന്ന് വിരണ്ടെങ്കിലും ഇപ്പോൾ കാലുറച്ച മട്ടുണ്ട്. സന്ദർഭം പാഴാക്കാതെ മിശ്ര സ്നേഹമസൃണമായ ശബ്ദത്തിൽ ചോദിച്ചു.

"മകളേ, നിന്റെ അപ്പൂപ്പൻ എവിടെ? ഞങ്ങളുടെ പ്രിയപ്പെട്ട ചൗധരീസാബ്."

"ആസ്പത്രിയിൽ."

"ആസ്പത്രിയിലോ..?"

ഒമ്പത് കണ്ഠങ്ങളിൽനിന്ന് ഒന്നിച്ചുയർന്ന ചകിതസ്വരം. "അതേ. ആസ്പത്രിയിൽ തന്നെ."

"എന്താണസുഖം?"

"അതൊന്നും എനിക്കറിയില്ല. കുട്ടികൾ അറിയേണ്ട കാര്യമില്ല. ഓരോരുത്തരും അറിയേണ്ടത് മാത്രം അറിഞ്ഞാൽ മതിയെന്നാണ് ഇവിടുത്തെ കർശന നിയമം. ആകാംക്ഷ അരുത്. ചോദ്യങ്ങൾ ചോദിക്കരുത്. അറിയേണ്ടതിൽ കൂടുതൽ ഒരു തരത്തിലും അറിയാൻ ശ്രമിക്കരുത്."

"മോളേ ഇതൊക്കെ ആരുണ്ടാക്കിയ നിയമങ്ങളാ?"

"കാലാകാലങ്ങളായി ജമീന്ദാർ കുടുംബങ്ങളിൽ പാലിച്ചുപോരുന്ന നിയമങ്ങൾ. നിയമങ്ങൾ തെറ്റിച്ചവരെ നിഷ്കരുണം പടിയടച്ച് പിണ്ഡം വെക്കുന്നു. എന്റെ ചേച്ചിയെ..." അവൾ പൊടുന്നനെ വാക്കുകൾ വിഴുങ്ങി

"നിന്നെ കുറ്റകൃത്യം ചെയ്യാനല്ലല്ലോ ഞങ്ങൾ പ്രേരിപ്പിക്കുന്നത്?"

"എനിക്കെങ്ങനെ അറിയാം. ഞങ്ങൾക്ക് വേണ്ട തെറ്റും ശരിയും നീതിയും ന്യായവും സത്യവും അസത്യവും ഉല്പാദിപ്പിക്കുന്നതും ഉപയോഗിക്കുന്നതും ഈ വീട്ടിൽ തന്നെയാണ്. അതുപോലെ ഞങ്ങൾക്ക് വേണ്ട ധാന്യങ്ങളും പരിപ്പുകളും പഴങ്ങളും ഞങ്ങളുടെ വയലുകളിൽ തന്നെ വിളഞ്ഞവയാണ്. ജമീന്ദാർമാർ വിതയ്ക്കുകയോ കൊയ്യുകയോ ചെയ്യുന്നില്ല. അവർക്ക് വേണ്ടത് പത്തായങ്ങളിൽ നിറയ്ക്കപ്പെടുന്നു."

"ഈ നേരംകൊണ്ട് നിന്റെ അപ്പൂപ്പൻ എവിടെയാണെന്ന് പറഞ്ഞു തരാമായിരുന്നല്ലോ?"

"എവിടെയാണെന്ന് എനിക്കറിയില്ല. കുട്ടികളോട് പറഞ്ഞിട്ടല്ല മുതിർന്നവർ പുറത്ത് പോകുന്നത്."

അപ്പോൾ അവളുടെ വാക്കുകളെ ശിഥിലമാക്കിക്കൊണ്ട് ഒരു മോട്ടോർസൈക്കിൾ ചീറിപ്പാഞ്ഞ് വന്നു. ശബ്ദപ്രളയത്തിൽ വെളുത്ത താമരപ്പൂക്കൾപോലെ വയസ്സന്മാർ ചാഞ്ചാടി. അചഞ്ചലനായി നിന്നത് ഖാനോൽക്കർ മാത്രം. ചെവിയിൽ യന്ത്രം വെക്കാത്ത ഖാനോൽക്കറെ ശബ്ദങ്ങൾ ആക്രമിച്ചില്ല. യന്ത്രം എപ്പോഴും ഷർട്ടിന്റെ മുൻവശത്തെ പോക്കറ്റിൽ ഖാനോൽക്കർ ഭദ്രമായി സൂക്ഷിക്കുന്നു. തനിക്ക് കേൾക്കേണ്ടതും കേൾക്കണ്ടാത്തതും ചുണ്ടുകളുടെ ചലനങ്ങളിൽനിന്നുതന്നെ ഖാനോൽക്കർ തിരിച്ചറിയുന്നു. കേൾക്കേണ്ട കാര്യമാണെങ്കിൽ ഉടനെ യന്ത്രം ചെവിയിൽ തിരുകും. അല്ലെങ്കിൽ താല്പര്യരഹിതമായി മുഖം തിരിക്കും. കണ്ണടയും ജീൻസും ചുവന്ന ടീഷർട്ടും ധരിച്ച കോമളനായ ചെറുപ്പക്കാരൻ. "യെസ്?" എന്ന് ബഹുമാനമോ വിനയമോ ഇല്ലാത്ത സ്വരത്തിൽ ചോദിച്ചുകൊണ്ട് അടുത്തേക്ക് വന്നു.

"ഞങ്ങൾ ചൗധരിയെ കാണാൻ വന്നവരാണ്."

"അച്ഛൻ ഇവിടെയില്ലല്ലോ..."

പെട്ടെന്നു പറഞ്ഞുതീർത്ത് അയാൾ ധൃതിയിൽ അകത്തു കയറാൻ ശ്രമിക്കവേ അവർ വഴിതടയുന്നതുപോലെ നിന്നുകൊണ്ട് ചോദിച്ചു. "പിന്നെ എവിടെയാണ്?"

"ബ്രീച്ച് ക്യാൻഡിയിൽ."

"സീരിയസ്സായിട്ടൊന്നുമില്ലല്ലോ."

"നാളെ ടാറ്റായിലേക്ക് കൊണ്ടുപോവുകയാണ്."

അയാളുടെ ശബ്ദത്തിൽ പ്രകടമായ ആശങ്കയോ വ്യസനമോ ഉണ്ടായിരുന്നില്ലെങ്കിലും കൂടുതലൊന്നും പറയാനിഷ്ടപ്പെടാതെ അകത്തേക്ക് കയറി.

വൃദ്ധസംഘം അവിടെത്തന്നെ പകച്ചുനിന്നു. ടാറ്റാ ഹോസ്പിറ്റൽ എന്ന പേരിൽ അടങ്ങിയിരിക്കുന്ന വിപൽസൂചനകൾ അവരെ സ്തബ്ധരാക്കിയിരുന്നു. മനസ്സിൽ ഞണ്ടുകൾ നഖങ്ങളാഴ്ത്താൻ തുടങ്ങിയിരുന്നു. തിരിച്ചു നടക്കുമ്പോൾ അവർ പരസ്പരം സംസാരിച്ചില്ല. കേടുവന്ന വാഹനങ്ങൾ ഉന്തിത്തള്ളി കൊണ്ടുപോകുന്നതുപോലെ അവർ അവരുടെ ശരീരങ്ങളെ പുൽത്തകിടിയിലെത്തിച്ചു. അസാധാരണമായ ഒരു മൗനം അവർക്കു മീതെ മൂടിക്കെട്ടി നിന്നപ്പോൾ അതസ്സഹനീയമായി തോന്നിയ മേനോൻ പറഞ്ഞു.

"നിങ്ങൾ ഒന്നും മിണ്ടാതിരിക്കുന്നതിന്റെ അർത്ഥമെന്താണ് കൂട്ടരേ. ഞാൻ കഴിഞ്ഞ ദിവസം പറഞ്ഞതൊക്കെ നിങ്ങൾ മറന്നെന്ന് തോന്നുണു. വയസ്സാവുന്നതും രോഗം വരുന്നതും മരിക്കുന്നതുമൊക്കെ നാച്വറൽ പ്രോസസ്സല്ലേ. രോഗവും മരണവും കൊണ്ടല്ലേ മനുഷ്യരാശിയുടെ സന്തു

ലനം നിലനിർത്തുന്നത്. മനുഷ്യർക്ക് രോഗവും മരണവുമില്ലാത്ത ഒരവസ്ഥയെപ്പറ്റി ഓർത്തുനോക്കൂ. ഇതൊക്കെയുണ്ടായിട്ടും, പ്രതിവിധിയില്ലാത്ത പുതിയ പുതിയ മാരകരോഗങ്ങൾ വന്നിട്ടും ജനപ്പെരുപ്പം തടയാനാവുന്നുണ്ടോ. അതുകൊണ്ട് രോഗം വരുമെന്നോ മരിക്കുമെന്നോ ഓർത്ത് ഭയപ്പെടാതിരിക്കുക. ജനിച്ചാൽ തീർച്ചയായും മരിക്കണം. മരണഹേതുവായി എന്തെങ്കിലും രോഗവും വേണം. എപ്പോൾ എന്ത് എങ്ങനെ എന്ന് നാം ആലോചിച്ചിട്ട് കാര്യമില്ല. ഇന്നു ഞാൻ നാളെ നീ...

ഞാൻ നിങ്ങളെ വേദാന്തം പറഞ്ഞ് മുഷിപ്പിക്കല്ല. നീക്കുപോക്കില്ലാത്ത കാര്യങ്ങളെക്കുറിച്ച് വേവലാതിപ്പെടരുതെന്ന് പറയുകയായിരുന്നു. നാളത്തെ ഉദയാസ്തമയങ്ങളെക്കുറിച്ച് നമ്മൾ ആശങ്കപ്പെടുന്നില്ലല്ലോ. അതുപോലെ ജനന മരണങ്ങളെക്കുറിച്ചും ആലോചിക്കാതിരിക്കുക.."

"മേനോൻ പറഞ്ഞതിൽ കാര്യമുണ്ട്." കൃഷ്ണമൂർത്തി പറഞ്ഞു. "നമുക്ക് നിയന്ത്രണമില്ലാത്ത കാര്യങ്ങളെക്കുറിച്ചോർത്ത് തല പുകയ്ക്കേണ്ട യാതൊരാവശ്യവുമില്ല. രണ്ടു ദിവസം കഴിഞ്ഞാൽ ചൗധരി ഉഷാറായി തിരിച്ചു വരും. വരവേൽപ്പ് നമുക്ക് ഗംഭീരമാക്കണം." എല്ലാവരും ആ അഭിപ്രായത്തോട് യോജിച്ചു.

# പതിനഞ്ച്

ഒരാഴ്ച കഴിഞ്ഞപ്പോൾ ചൗധരി ശവമായി തിരിച്ചുവന്നു. ആ വാർത്തയുടെ ആഘാതം പലർക്കും താങ്ങാനായില്ല. പ്രത്യേകിച്ച് പിച്ചു അയ്യർക്കും മിശ്രയ്ക്കും ശ്യാമപ്രസാദിനും. അവർക്ക് ശരീരം കിടക്കയിൽനിന്ന് പൊന്തിയില്ല. ഭക്ഷണം തൊണ്ടയിൽ നിന്നിറങ്ങിയില്ല. വിവരങ്ങളറിയിക്കാനും എല്ലാവരേയും വിളിച്ചുകൂട്ടാനും ഓടി നടന്നത്, കൃഷ്ണമൂർത്തിയും നായരും വർഗ്ഗീസും. മേനോൻ അന്ത്യോപചാരത്തിന് വേണ്ട പൂക്കളും പൂമാലയുമൊക്കെ കൊണ്ടുവരാമെന്നേറ്റു. ശവസംസ്കാരം എപ്പോഴാണെന്ന് അറിയാൻ വേണ്ടി ചൗധരിയുടെ വീട്ടിലേക്ക് പലതവണ ഫോൺ ചെയ്തു. മൂത്തമകൻ സിലിഗുഡിയിൽനിന്ന് വന്നിട്ട് വേണം. രാത്രി ഏഴു മണിയെന്നാണ് ഇപ്പോൾ നിശ്ചയിച്ചിരിക്കുന്നത്. അല്പം വൈകാനേ സാദ്ധ്യതയുള്ളൂ. നേരത്തേയാവില്ല. ആറുമണിക്ക് എല്ലാവരും പുൽത്തകിടിയിൽ എത്തിച്ചേരാമെന്ന് സമ്മതിച്ചു. വെള്ള വസ്ത്രങ്ങളും നരച്ച മുടിയുമായി കയറിവന്ന വൃദ്ധജാഥയെ അവിടെ കൂടിയിരുന്നവർ കൗതുകത്തോടെയാണ് ശ്രദ്ധിച്ചത്. വീട്ടിൽ ഗൗരവക്കാരനും മിതഭാഷിയുമായ അച്ഛന് ഇത്രയധികം ഇഷ്ടജനങ്ങൾ ഉണ്ടായിരുന്നു എന്നുള്ളത് അയാളുടെ മക്കൾക്കുപോലും വിശ്വസിക്കാൻ പ്രയാസം തോന്നി. ഏകാന്തതയെ സ്നേഹിച്ചിരുന്ന ഒരാൾക്ക് ഇത്രയും സുഹൃത്തുക്കളോ. കുട്ടികളോടായാലും വലിയവരോടായാലും ചൗധരിയുടെ സ്നേഹം പ്രകടനപരമായിരുന്നില്ല. മൂർദ്ധാവിൽ ഒരു തലോടൽ അല്ലെങ്കിൽ ഒരു ചെറുപുഞ്ചിരി. അതിനപ്പുറം കടക്കുന്ന സ്നേഹപ്രകടനം അദ്ദേഹത്തിന് അപരിചിതമായിരുന്നു. നഗരങ്ങളിൽ ജീവിച്ചതു കൊണ്ടാവാം ജമീന്ദാർമാരുടെ കർക്കശസ്വഭാവവും മുഴുവൻ ദുർഗ്ഗുണങ്ങളും ചൗധരിക്ക് ലഭിക്കാതിരുന്നത്.

വീടിന് താഴെ പരിശ്രമികൾ കോണിയുടെ രൂപത്തിൽ ശവമഞ്ചം

കെട്ടിയുണ്ടാക്കുന്നു. പല്ലക്കുകളിലും വില്ലുവെച്ച കുതിരവണ്ടികളിലും പിന്നീട് ഷെവർലെയിലും ഓസ്റ്റിനിലുമൊക്കെ സഞ്ചരിച്ചിട്ടുള്ള ചൗധരി എല്ലാവരേയുംപോലെ അവസാനയാത്രയ്ക്ക് ഒരു മുളങ്കോണിയിൽത്തന്നെ കയറുന്നു. അവർ വിങ്ങുന്ന മനസ്സോടെ സുഹൃത്തിന്റെ മൃതശരീരത്തെ വലംവെച്ചു. അന്ത്യോപചാരങ്ങളർപ്പിച്ചു. ശ്മശാനം വരെ അനുഗമിച്ചു. ഇലക്ട്രിക് ക്രിമറ്റോറിയത്തിൽ ഞൊടിയിട നീണ്ടുനിന്ന അഗ്നിയുടെ അഹങ്കാരം. ചൗധരി ചെറിയൊരു മൺകുടുക്കയിൽ ഒരു പിടി ചാരമായി വിശ്രമിച്ചു. ആ മൺകുടത്തിൽ തൊട്ടുകൊണ്ട് ഓരോരുത്തരും മന്ത്രിച്ചു, നിങ്ങൾക്ക് അധികകാലം ഒറ്റയ്ക്ക് കഴിയേണ്ടിവരില്ല. ഞങ്ങൾ ഓരോരുത്തരായി പുറകെ വരുന്നുണ്ട്. ചിത്രഗുപ്തൻ കണക്കുപുസ്തകം തുറന്ന് തന്നെയാണ് വെച്ചിരിക്കുന്നത്...

തിരിച്ചുപോരുമ്പോൾ ഖാനോൽക്കർ പറഞ്ഞു. "എന്നെ അടുപ്പിലിട്ട് ആളിക്കാൻ ഞാൻ സമ്മതിക്കില്ല. എനിക്ക് പഞ്ചഭൂതങ്ങളോട് ലയിച്ചു ചേരണം."

"ആഗ്രഹം കൊള്ളാം. പക്ഷേ, കാറ്റ് പോയിക്കഴിഞ്ഞാൽ ആരെന്ത് ചെയ്യുന്നുവെന്ന് നമ്മളറിയില്ലല്ലോ." നായർ പറഞ്ഞു.

"ചത്ത് കഴിഞ്ഞിട്ട് എന്ത് ചെയ്താലും നമുക്ക് എന്നതാടോ?" വർഗ്ഗീസ് ചോദിച്ചു.

"നമ്മുടെ ശരീരം മാത്രമേ നശിക്കുന്നുള്ളൂ. ആത്മാവിന് നാശമില്ല." പിച്ചു അയ്യർ പറഞ്ഞു.

"വാസാംസി ജീർണ്ണാനി യഥാ വിഹായ... *ഗീത*യിലെ പ്രസിദ്ധമായ ആ ശ്ലോകം കേട്ടിട്ടില്ലേ, പഴയ വസ്ത്രങ്ങൾ ഉപേക്ഷിച്ച് പുതിയവ കൈക്കൊള്ളുന്നു എന്ന് കരുതിയാൽ മതി. മരണത്തെക്കുറിച്ചുള്ള ഭയവും ഖേദവും മാറിക്കിട്ടും."

"ആരു പറഞ്ഞു എല്ലാവർക്കും മരണഭയമുണ്ടെന്ന്? ഞാനെല്ലാം പായ്ക്ക് ചെയ്താണിരിക്കുന്നത്. എപ്പോൾ വേണമെങ്കിലും റെഡി."

"പുളുവടിക്കാതെ മേൻന്നേ. നിങ്ങൾ കഷ്ടപ്പെട്ടുണ്ടാക്കിയ സ്വത്തിന് ഒരനന്തരവാകാശിയില്ലാതെ നിങ്ങളെങ്ങനെ പോകും? നിങ്ങൾ പോയാലും നിങ്ങടെ പ്രേതം പോവില്ല. സൺഡൗണറും* ചെറുപ്പക്കാരിയായ വേലക്കാരിയേയും ഇട്ടെറിഞ്ഞ് പോകാനാവ്വോ മേൻന്നേ നിങ്ങക്ക്. നെഞ്ചിൽ കൈ വെച്ച് ഒന്ന് പറഞ്ഞേര്."

"എന്നാ പിന്നെ രണ്ട് മുനിമാർ ചെയ്യാറുള്ളതുപോലെ അവളിൽ ഒരു സന്തതിയെ ജനിപ്പിച്ചുകൂടേ?"

കൃഷ്ണമൂർത്തി പോംവഴി നിർദ്ദേശിച്ചു.

"കുട്ട്യാ കൂടണ്ടേ ന്റെ മൂർത്ത്യേ.."

മേനോന്റെ വിലാപ സ്വരം വലിയൊരു ചിരിക്ക് വകയൊരുക്കി. അവരുടെ ചിരിയിൽ ചൗധരിയുടെ ഓർമ്മകൾ കലങ്ങി.

കൃഷ്ണമൂർത്തി ഒരു ജോക്കടിച്ചു. "മധുവിധു മുപ്പതാം വയസ്സിലാണെങ്കിൽ നയാഗ്ര. അറുപതിലാണെങ്കിൽ വയാഗ്ര." വീണ്ടും പൊട്ടിപ്പടർന്ന ചിരിയിൽ അനുശോചനത്തിന്റേയോ വ്യഥയുടേയോ കലർപ്പുണ്ടായിരുന്നില്ല.

* അസ്തമയത്തോടൊപ്പം കഴിക്കുന്ന വിസ്കി.

# പതിനാറ്

"അവസാനം ഞാൻ യെസ് മൂളി ചങ്ങാതിമാരേ.." വർഗ്ഗീസ് ഒരു തോല്‌വി സമ്മതിക്കുന്നതുപോലെ പറഞ്ഞു. വർഗ്ഗീസ് പറഞ്ഞത് എന്തുദ്ദേശിച്ചാണെന്ന് പെട്ടെന്ന് മറ്റുള്ളവർക്ക് പിടികിട്ടിയില്ല. അവർ മുഖാമുഖം നോക്കി.

"താനെന്തിന് യെസ് മൂളീന്നാ പറേണേ?" നായർ ചോദിച്ചു. "രണ്ടാം കെട്ടിനോ?"

"എടോ ഊച്ചാളി നായരേ, തോക്ക് പിടിച്ച കൈയിന്റെ തഴമ്പ് താനറിഞ്ഞിട്ടില്ല."

"തുപ്പാക്കി തോളിലിട്ട് നടന്ന ഗമ പറ്യാണ്ട് കാര്യം എന്താന്ന്ച്ചാ പറേടോ മാപ്ലേ."

"ഞാൻ എന്റെ മോൻ ജോർജൂട്ട്യേ വെഷമിപ്പിക്കണ്ടാന്ന് കരുതി അമേരിക്കയിലേക്ക് ചെല്ലാൻ സമ്മതിച്ചു."

"അത് നന്നായി വർഗ്ഗീസേ, നന്നായി." പിച്ചു അയ്യർ പറഞ്ഞു.

"ഇത് തനിക്ക് നേരത്തേ ആവായിരുന്നൂലോ? അന്ന് വലു പിടിച്ചതെന്തിനാ?"

"അന്നങ്ങിനെ തോന്നി. പിന്നെ ആലോചിച്ച് നോക്ക്യപ്പൊ നമ്മടെ മക്കൾക്ക് വേണ്ട്യല്ലെങ്കി പിന്നെ ആർക്ക് വേണ്ട്യാ ജീവിക്കണെതെന്ന് തോന്നി. അവര്ടെ സുഖോം സന്തോഷോം ഒക്കെത്തന്നെല്ലേ നമ്മുടേതും."

"ജോർജ്ജ്ട്ട്യോട് തോന്നണ സ്നേഹോം കനിവും അമേരിക്ക പോകാന്ള്ള പൂതികൊണ്ടല്ലേ വർഗ്ഗീസ്സേ, സത്യം പറഞ്ഞോ." നായര് കള്ളച്ചിരിയോടെ പറഞ്ഞു. "അവിടെപ്പോയാല് ദിവസോം സ്കോച്ച് കുടിക്കാം. ഉടുതുണി ഇല്ല്യാണ്ട് നടക്കണ മദാമ്മമാരെ കാണാം എന്നൊ

ക്ക്യേല്ലേ മനസ്സിലിരുപ്പ് വർഗ്ഗീസ്സേ?"

"വയസ്സൻ പ്ലാവ് കോടി കാച്ചു എന്ന് കേട്ട്ട്ടില്ല്യേ?"

മേനോന്റെ ചോദ്യം കൂടിയായപ്പോൾ എല്ലാവരും ചിരിച്ച് തല തല്ലി. "നിങ്ങക്ക് ബോധിച്ചപോലെ പറഞ്ഞോളിൻ അതോണ്ടൊന്നും ഞാൻ കുലുങ്ങില്ല. കുണ്ടി എത്ര കൊളം കണ്ടതാ. കൊളെത്ര കുണ്ടി കണ്ട താ."

കുണ്ടി എന്ന് കേട്ടപ്പോൾ ഖാനോൽക്കർ ചോദിച്ചു. "വോഹ് ക്യാ ബോൽത്താ ഹേ, കുണ്ടി ലേക്കേ അമ്രിക്കാ ജാതാ ഹേ?"

ഖാനോൽക്കറുടെ സംശയം മറ്റൊരു ചിരിക്ക് വക നല്കി.

"മറാട്ടിയിൽ ആ വാക്കിനർത്ഥം പൂച്ചട്ടി എന്നാണ്," കൃഷ്ണമൂർത്തി പറഞ്ഞു. "ഹിന്ദിയിൽ അത് വാതിലിന്റെ ഓടാമ്പലാണ്."

ഉടനെ കൃഷ്ണമൂർത്തി ഒരനുഭവ കഥയിലേക്ക് സഞ്ചരിച്ചു കഴിഞ്ഞു... ഒരൊഴിവുദിവസം കാലത്ത് കൃഷ്ണമൂർത്തി പുറത്തേക്കുള്ള വാതിലിന്റെ ഓടാമ്പില ബ്രാസ്സോ തേച്ച് മിനുപ്പിക്കാൻ തുടങ്ങി. കറുത്ത് നിറം മങ്ങിയിരുന്നു അത് പളപളാ തിളങ്ങി. പിച്ചളയുടെ സ്വർണ്ണച്ചിരി. ആ ചിരിയിൽ മയങ്ങി വീണു, അയൽപക്കക്കാരിയായ സുധാ മൽഹോത്ര. അവർ പറഞ്ഞു. "നിങ്ങൾ കുണ്ടി എത്ര ഭംഗിയാക്കിയിരിക്കുന്നു. എന്റെ കുണ്ടി കൂടി ഒന്ന് മിനുക്കിത്തരാമോ?"

കൃഷ്ണമൂർത്തി പറഞ്ഞവസാനിപ്പിക്കുംമുമ്പ് പിന്നിൽ കൈ കുത്തിയും മുന്നോട്ട് വളഞ്ഞ് വയർ അമർത്തിപ്പിടിച്ചും ശ്രോതാക്കൾ ചിരിച്ചാർത്തു. അല്പം മാറിയിരുന്ന ചെറുപ്പക്കാർ തമ്മിൽ പറഞ്ഞു.

"ദേഖ്, ബുഡ്ഡാ ലോഗ് കൈസാ മജാ കർത്താ ഹൈ." (നോക്ക് വയസ്സന്മാർ രസിക്കുന്നത് നോക്ക്)

"പാവങ്ങൾ അവർക്ക് വേറെ എന്ത് ചെയ്യാനാവും?"

ശടഗോപൻ അവരോട് മറുപടി പറയാൻ തുനിഞ്ഞു. മറ്റുള്ളവർ വിലക്കി. "ഹേയ് തനിക്ക് വേറെ പണീല്ല്യേ. അവരോട് മറുപടി പറയേണ്ട ആവശ്യം നമുക്കെന്താ?"

"നമ്മളെ ബഹുമാനിച്ചില്ലെങ്കിലും നമ്മുടെ വയസ്സിനേയെങ്കിലും ബഹുമാനിക്കേണ്ടേ?"

"എടോ ശടഗോപാ, ചകടാസുരാ." മേനോൻ ശടഗോപന്റെ തോളിൽ പിടിച്ചമർത്തിക്കൊണ്ട് പറഞ്ഞു, "സ്വന്തം കുടുമ്മത്ത് ബഹുമാനം നാട്ട്വാര് തര്വാഡോ?"

"ഹേയ്, അതൊക്കെ വിടൂന്ന്." പിച്ചു അയ്യർ മോഡറേറ്ററായി, "നമുക്ക് നമ്മടെ വർഗ്ഗീസിന്റെ കാര്യങ്ങളാലോചിക്ക്യാ."

"ആലോചിക്കാനെന്തിരിക്കുന്നു? ടിക്കറ്റ് കൈയീകിട്ട്യാ ചിറക് കുടഞ്ഞ് പറക്കണം. അത്രെന്നെ."

"എന്റെ ചങ്ങാതിമാരേ, അതിനുമുമ്പ് ഒരു വലിയ കടമ്പേല്ല്യേ വിസ"

"തനിക്ക് വിസയ്ക്കൊന്നും പ്രയാസണ്ടാവില്ല്യാഡോ. എക്സ് ആർമീന്ന് പറഞ്ഞാപ്പോരേ. ഉടനെ അവര് വിസ അടിച്ച് കൈയീത്തരും.

വേണ്ടി വന്നാ ഇയാളെ അഫ്ഘാനിസ്ഥാനിലോ ഇറാക്കിലോ ഉപയോഗിക്കാലോ.”

നായരുടെ കമന്റ് കൈയടിയോടെയാണ് സംഘം സ്വീകരിച്ചത്. “ഇപ്പൊ പണ്ടത്തെ മാതിരി വെളുപ്പാൻ കാലത്തേ പോയി ക്യൂ നിക്കണ്ടാത്രെ.” കൈയടി അവസാനിച്ചപ്പോൾ നായർ തുടർന്നു. “ഇന്റർനെറ്റിലൂടെ ഓൺലൈനായി വിസയ്ക്കുള്ള അപേക്ഷ സമർപ്പിച്ചാൽ മതി. അപ്പോൾതന്നെ ഇന്റർവ്യൂവിനുള്ള ഡെയ്റ്റും സമയവും തരും. കൃത്യസമയത്ത് പാസ്പോർട്ടും മറ്റ് കടലാസുകളുമായി ഹാജരായാൽ കാര്യം കഴിഞ്ഞു. പിന്നെ വിസ കിട്ടുമോ, അത് എത്ര കാലത്തേക്ക് എന്നുള്ളതെല്ലാം അവിടെയിരിക്കുന്ന ഉദ്യോഗസ്ഥനോ ഉദ്യോഗസ്ഥയോ നിശ്ചയിക്കുന്നതുപോലെ. യാതൊരു നീക്കു പോക്കുമില്ല. ആർക്ക് വേണമെങ്കിലും വിസ നിഷേധിക്കാം. ഗുജറാത്ത് മുഖ്യമന്ത്രി മോഡിക്കും ബാബാ ആംതേയുടെ മകനുമൊക്കെ വിസ നിഷേധിച്ചിട്ടുണ്ട്.”

“ഈശോയേ, അങ്ങനാണേൽ എന്റെ കാര്യം പോക്കുതന്നെ...” വർഗ്ഗീസ് നെഞ്ചത്ത് കൈവെച്ചുകൊണ്ടു പറഞ്ഞു.

“താൻ വെഷമിക്കാണ്ടിരി. അച്ചായന് ജോർജ് ബുഷല്ല, ഒബാമയും അയാളുടെ അപ്പനും വിസ തരും. പിന്നീട് അവിടെ ചെന്ന് അഫ്ഘാനിസ്ഥാനിൽനിന്ന് തലയൂരാൻ വല്ല ഉപായവും പറഞ്ഞു കൊടുത്താൽ അച്ചായന് ബഹുമതികളോടെ അമേരിക്കൻ പൗരനുമാകാം.”

അതുകേട്ട് എല്ലാവരും കൈയടിച്ച് വർഗ്ഗീസിനെ അനുമോദിച്ചു. “വർഗ്ഗീസേ, ഒരു ഒരു സൂട്ടൊക്കെ തയ്പിക്കണ്ടേ?” ശടഗോപൻ ചോദിച്ചു.

വർഗ്ഗീസ് ശബ്ദത്തിൽ ചിരിച്ചു. “ഇതിലും വല്ല്യോ ഞായറാഴ്ച വന്നിട്ട് പള്ളീല് പോയിട്ടില്ല. ന്ന്ട്ടാണ് ഇപ്പൊ..”

“അങ്ങനെ പറഞ്ഞാ പറ്റില്ല വർക്കിച്ചായാ. ജോർജൂട്ടീടെ നെലേം വെലേം നോക്കണ്ടേ. പിന്നെ അവ്ടത്തെ തണുപ്പില് മുണ്ടുടുത്തോണ്ട് നടന്നാ കേമാവും.”

“എന്റെ കോട്ട് വേണെങ്കി ഞാൻ തരാം.” ഖാനോൽക്കർ പറഞ്ഞു.

അമ്പതുകൊല്ലം പഴക്കമുള്ള കോട്ട്! കോട്ട് മാത്രമേയുള്ളൂ. പാന്റില്ല അന്നങ്ങിനയാണ്. ധോത്തി, ഷർട്ട് അതിനു മീതെ കോട്ട്. തലയിൽ ഒരു തൊപ്പിയും. ഖാനോൽക്കറുടെ കല്യാണവേഷം ഫ്രെയിം ചെയ്ത് ഉമ്മറത്ത് വെച്ചിട്ടുണ്ട്. കല്യാണത്തിന് ശേഷം കോട്ട് കുറേക്കാലം പെട്ടിയിൽ കിടന്നു. പിന്നെ തണുപ്പുകാലം വരുമ്പോൾ മാത്രം പുറത്തെടുത്തു. ശൈത്യം വിട്ടുമാറിയാൽ പൊടിതട്ടി പാറ്റഗുളികകളിട്ട് പെട്ടിയിൽ വെക്കും. ഇപ്പോഴും പുതിയത് പോലെയുണ്ട്.

“വർഗ്ഗീസിന് വേണമെങ്കിൽ പരിശോധിക്കാം ഇഷ്ടപ്പെട്ടാൽ കൊണ്ടുപോകാം.”

“കോട്ടുമാത്രം കിട്ടിയതുകൊണ്ട് കാര്യമില്ലല്ലോ ഖാനോൽക്കറെ. കളസവും വേണ്ടേ?”

“അത് ശരിയാണല്ലോ..”

"വർഗ്ഗീസ് പൂഴ്ത്തി വെച്ചിട്ടുള്ള സ്വന്തം സമ്പാദ്യം കൊണ്ടുതന്നെ ഒന്നാന്തരം സൂട്ടു തയ്ക്കണമെന്നും അതിന് നമ്മളോടൊപ്പം നിന്ന് ഒരു ഫോട്ടോ എടുക്കണമെന്നും ഈ യോഗം ഐക്യകണ്ഠേന പ്രമേയം പാസാക്കുന്നു..."

കൃഷ്ണമൂർത്തി പ്രമേയം വായിച്ചു. മറ്റുള്ളവർ കൈയടിച്ച് പാസാക്കി. വർഗ്ഗീസ് തിരക്കിലായി. ആദ്യം പാസ്പോർട്ട്, പിന്നെ വിസ. ബസിലും ട്രെയിനിലും തൂങ്ങിപ്പിടിച്ചുള്ള യാത്രകൾ. കാത്തുനില്പ്. സമയം തെറ്റിയുള്ള ആഹാരം. നെഞ്ചെരിച്ചിൽ, പുളിച്ചുതേട്ടൽ... പതിവു പോലെ സായാഹ്നസമാഗമങ്ങളിൽ സന്നിഹിതനായില്ല. എല്ലാം സംഘടിപ്പിച്ച് കഴിഞ്ഞപ്പോൾ വിജയശ്രീലാളിതന്റെ മുഖഭാവത്തോടെ വർഗ്ഗീസ് വന്നു. വർഗ്ഗീസിനെക്കൊണ്ട് സൂട്ട് ധരിപ്പിച്ച് എല്ലാവരും കൂടെ സ്റ്റുഡിയോവിലേക്ക് നടക്കുമ്പോൾ വർഗ്ഗീസ് പറഞ്ഞു.

"ഒരു കഴുതയും കുറേ കിഴവന്മാരും."

# പതിനേഴ്

**വീ**ട്ടിലെത്തി കാലും മുഖവും കഴുകി സന്ധ്യാവന്ദനത്തിന് ഒരുങ്ങുമ്പോഴാണ്, ടെലഫോൺ, സുബ്ബുഡുവാണ് ഫോണെടുത്തത്. അവന് ആളെ മനസ്സിലായില്ല.

"താത്താ ഉങ്കളുക്ക് ഫോൺ"

കൃഷ്ണമൂർത്തി.

"എന്നടാ മൂർത്തി?"

"ഖാനോൽക്കർക്ക് ആക്സിഡന്റാച്ച്..."

"ഓ മൈ ഗോഡ്... എങ്കെ, എപ്പടി?"

"റോഡ് ക്രോസ്സ് പണ്ണുമ്പോത് ഓട്ടോ അവന്മേലെ വന്ത് ഇടിച്ചിട്ടേൻ... കെ ഇ എമ്മില് യാരോ അഡ്മിറ്റ് പണ്ണീർക്ക്ത്."

"ഞാനിപ്പൊ എന്ത് ചെയ്യണം. കൃഷ്ണമൂർത്തി?"

പിച്ചു അയ്യർ നിസ്സയാഹതയോടെ ചോദിച്ചു. "നിങ്ങളൊന്നും ചെയ്യണ്ട. ഞാൻ പോയി വിവരമറിഞ്ഞിട്ട് പിന്നെ വിളിക്കാം."

"തീർച്ചയല്ലേ. വിവരം ഒന്നും അറിഞ്ഞില്ലെങ്കിൽ എനിക്കുറക്കം വരില്ല."

പറഞ്ഞു തീരുമ്പോഴേക്കും കൃഷ്ണമൂർത്തി ഫോൺ വെച്ചിരുന്നു പിച്ചു അയ്യർ പൊടുന്നെനെ നിർജ്ജീവമായ ആ യന്ത്രത്തിലേക്ക് തെല്ലിട പകച്ചു നോക്കി. പിന്നെ ആകെ തളർന്നവശനായതുപോലെ അടുത്ത് കിടന്ന കസേരയിലിരുന്നു. ഇലകൾ ഓരോന്നായി കൊഴിയുകയാണോ? കാറ്റ് പതിയെ വീശിത്തുടങ്ങിയിരിക്കുന്നു. എപ്പോൾ വേണമെങ്കിലും ശക്തിയാർജ്ജിക്കാം. ഇലകൾ എല്ലാം തന്നെ കൊഴിഞ്ഞു വീഴാം. പഴുത്ത ഇലകൾ കൊഴിയുമ്പോൾ പച്ചിലകൾ ചിരിക്കേണ്ടതില്ല.. പിച്ചു അയ്യർ കൃഷ്ണമൂർത്തിയുടെ ഫോൺ കാത്തിരിപ്പാണ്. അത്താഴത്തിന്

സമയമായി എന്ന് സുബ്ബുഡു രണ്ട് പ്രാവശ്യം ഓർമ്മിപ്പിച്ചു. വരാം വരാം എന്ന് പറഞ്ഞ് അവനെ മടക്കി അയച്ച് ഭാഗ്യത്തിന് പിടിച്ചിട്ടുണ്ടാവില്ല. എല്ലാവരും ഊണു കഴിച്ചിട്ടുവേണം അവൾക്ക് അടുക്കള വൃത്തിയാക്കാനും പാത്രങ്ങൾ കഴുകി വെക്കാനും. അതൊക്കെ വൈകിയാൽ കിടക്കാനും വൈകും. എഴുന്നേല്ക്കുന്ന കാര്യത്തിൽ നീക്കുപോക്കിനിടമില്ല. മരുമകളുടെ തത്രപ്പാട് മനസ്സിലാവുന്നു. അതുകൊണ്ട് പറഞ്ഞു. "നിങ്ങൾ ഊണു കഴിച്ചോളിൻ. എനിക്കുള്ളത് അടച്ചുവെച്ചാൽ മതി. ഞാൻ ഒരു ഫോൺകോൾ കാത്തിരിക്കയാണ്."

മക്കൾ സംശയിച്ച് തെല്ലിട കൂടി കാത്തു. പിന്നെ അവർ ഊണു കഴിക്കാനിരുന്നു. ഫോണിന്മേൽതന്നെ ദൃഷ്ടിയുറപ്പിച്ചുകൊണ്ട് പിച്ചു അയ്യർ ഇരുന്നു. പൊടുന്നനെ അതിന് ജീവൻ വെച്ചപ്പോൾ ഓടിച്ചെന്നെടുത്തു. മറുഭാഗത്തുനിന്ന് എന്തെങ്കിലും പറയുന്നതിന് മുമ്പ് അങ്ങോട്ട് കയറിചോദിച്ചു.

"ആ... മൂർത്തീ, നാൻ താൻ പിച്ചു. ശീഘ്രം ശൊല്ലുങ്കോ.."

"അയാൾക്കിപ്പോഴും ബോധം തെളിഞ്ഞിട്ടില്ല. സി റ്റി സ്കാൻ ചെയ്തു. ഭാഗ്യത്തിന് ബ്രെയിൻ ഇൻജ്വറിയില്ല. സ്പൈനൽ കോഡിന് എന്തെങ്കിലും പറ്റിയിട്ടുണ്ടോ എന്നാണ് അറിയേണ്ടത്."

"ഡോക്ടർമാർ എന്ത് പറയുന്നു?"

"അവരൊന്നും പറയുന്നില്ല. ആരെയും അടുപ്പിക്കുന്നതുമില്ല. പൊലീസ് കേസല്ലേ."

"സ്വന്തക്കാർ ആരെങ്കിലും അടുത്തുണ്ടോ?"

"അവന് ആരാപ്പാ സ്വന്തക്കാര്. നമ്മളൊക്കെ തന്നെ. ഭാര്യയെ ഇനിയും അറിയിച്ചിട്ടില്ല. ഇന്നോ നാളെയോ എന്ന് നോക്കി കിടക്കുന്ന അതിന്റെ ദുരിതം എന്തിന് ഇരട്ടിപ്പിക്കണം. രത്നഗിരിയിലോ മറ്റോ ഉള്ള അനന്തിരവനെ വിവരമറിയിച്ചിട്ടുണ്ട്. നാളെയോ മറ്റന്നാളോ വരുമായിരിക്കും."

"ഇന്ന് രാത്രി ആരെങ്കിലും അവിടെ വേണ്ടേ... ബോധം വരുന്നതുവരെയെങ്കിലും."

"ഞാനിവിടെയുണ്ട്. നായരും ശടഗോപനും പുറപ്പെട്ടിട്ടുണ്ട്."

"ഞാൻ നാളെ കാലത്ത് വരാം. രാശാമണി ഓഫീസിലേക്കിറങ്ങുമ്പോ. കൂടെ വരാം."

"പിച്ചു താൻ ബുദ്ധിമുട്ടി ഇത്രേംദൂരം വരണമെന്നില്ല്യാ. ഞങ്ങളൊക്കെ ഉണ്ടല്ലോ. ഇവിടെ?"

"ശരി. ഞാനാലോചിക്കട്ടെ. നാളത്തെ സ്ഥിതിയനുസരിച്ച് ചെയ്യാം. ഗുഡ് നൈറ്റ്."

പിച്ചു അയ്യർക്കുറക്കം വന്നില്ല. ഭാഗ്യ നിർഭാഗ്യങ്ങളുടെ തൂപ്പുകാർ നിർഭാഗ്യങ്ങളെല്ലാം അടിച്ചുവാരി തിലക്നഗറിലെ ഒറ്റമുറിയിൽ കൊണ്ടിടുന്നത് ഏത് ദൈവത്തിന്റെ കല്പനപ്രകാരമാണ്. ആദ്യം അടച്ചുപൂട്ടിയ തുണിമില്ല് ഖാനോൽക്കർ ജോലി ചെയ്തിരുന്നതാണ്. അയാളുടെ വിര

ലിൽത്തടഞ്ഞ ഭാര്യയുടെ മാറിടത്തിലെ ഒരു ചെറിയ മുഴ മാമോഗ്രാഫി, മാമോഗ്രാം, കീമോതെറാപ്പി, മാസ്റ്റെക്ടമി, റേഡിയോതെറാപ്പി മുതലായ വാക്കുകൾ ഖാനോൽക്കറെ പഠിപ്പിച്ചു. പാൽ ചുരക്കാത്ത രണ്ട് മുലകളും മുറിച്ചു മാറ്റിയിട്ടും രോഗം പല്ലും നഖവുമാഴ്ത്തി ഉള്ളിലേക്ക് കടന്ന് പടർന്നുപിടിച്ചു. ഇപ്പോൾ ടെർമിനൽ സ്റ്റേജിലാണ്. ഖാനോൽക്കറുടെ വീഴ്ച ഇടിമിന്നലേറ്റവനെ പാമ്പുകടിച്ചു എന്ന് പറയുന്നത് പോലെയായി.

ഭാര്യയുടെ പരിചരണവും ഭക്ഷണം പാകം ചെയ്യലുമെല്ലാം അയാൾ തന്നെയാണ് ചെയ്യാറ്. കെ ഇ എം ആസ്പത്രിയിലെ ജനറൽ വാർഡിൽ ആലംബമറ്റവനെപ്പോലെ മലർന്ന് കിടക്കുമ്പോഴും തന്നെക്കുറിച്ചാവില്ല ഖാനോൽക്കർ ഓർക്കുന്നത്, കട്ടിലിൽ ചുള്ളിക്കമ്പുപോലെ ഒടിഞ്ഞു നുറുങ്ങിക്കിടക്കുന്ന ഭാര്യയെക്കുറിച്ചാവും. വേദനസംഹാരികൾക്ക് ശമിപ്പിക്കാൻ കഴിയാത്ത പ്രാണവേദനയിൽ അവൾ ഞരങ്ങുമ്പോൾ, അവളുടെ ഉടുവസ്ത്രങ്ങൾ മലമൂത്ര വിസർജ്യങ്ങൾകൊണ്ട് മലിനമാവുമ്പോൾ, ദാഹം കൊണ്ട് തൊണ്ട വരളുമ്പോൾ തുണയായും താങ്ങായും സാന്ത്വനമായും താനല്ലാതെ അവൾക്ക് മറ്റാരുമില്ലല്ലോ. എല്ലാ ചൊവ്വാഴ്ചയും സിദ്ധവിനായകന്റെ അമ്പലത്തിൽ രണ്ടും മൂന്നും മണിക്കൂറുകൾ ക്യൂനിന്ന് ഖാനോൽക്കർ ഭാര്യയുടെ മരണസിദ്ധിക്ക് വേണ്ടി പ്രാർത്ഥിക്കാറുണ്ട്. അവളുടെ വേദനയ്ക്ക് ഉപശാന്തി ഇനി മരണം മാത്രമേയുള്ളൂ. യമധർമ്മന് ആൾ തെറ്റിയതുകൊണ്ടാണോ ഖാനോൽക്കരെ തട്ടിയിട്ടത്.?

പിച്ചു അയ്യർ ന്യായമായും സംശയിച്ചു. പിച്ചു അയ്യർ വാർഡിന്റെ വരാന്തയിൽചെന്ന് നിന്നപ്പോഴേക്കും ശടഗോപൻ പുറത്തേക്ക് വന്നു. അയാളുടെ മുഖത്തും കണ്ണുകളിലും ഉറക്കമൊഴിപ്പിന്റെ ക്ഷീണം പടർന്നിരുന്നു. "എന്താണ് സ്ഥിതി?"

"നട്ടെല്ലിന് ചെറിയ പരുക്ക് പറ്റിയിട്ടുണ്ട്. എങ്കിലും ഭയപ്പെട്ടതുപോലെ അത്ര സീരിയസല്ല."

"ബോധം തെളിഞ്ഞോ?"

"ഇന്നലെ രാത്രി തന്നെ തെളിഞ്ഞു. ഭാര്യയെ വിളിച്ച് കരഞ്ഞു. ശക്തിയായ വേദനയുമുണ്ടായിരുന്നു. സെഡേറ്റീവ്സ് കൊടുത്തു. ഇപ്പോഴും നല്ല ഉറക്കമാണ്."

"എനിക്കൊന്ന് പോയി കാണാമോ?"

"ഓ പോയി കണ്ടോളൂ."

ഖാനോൽക്കർ അപ്പോഴും ഉണർന്നിട്ടില്ല. വലത്തേ കണ്ണ് അല്പം വീർത്തിട്ടുണ്ട്. ചോര കക്കിയ പാടുണ്ട്. നെറ്റിയിലേയും കൈത്തണ്ടയിലേയും മുറിവുകൾക്ക് മീതെ ബാന്റേജ്. ഡ്രിപ് ബോട്ടിലിൽനിന്ന് തുള്ളി തുള്ളിയായി വീഴുന്ന സലൈൻ... വർഗ്ഗീസിന്റെ കൂടെ ചിരിച്ചും വർത്തമാനം പറഞ്ഞും പിരിഞ്ഞ മനുഷ്യൻ വീടെത്തുന്നതിന് പകരം എത്തിയത് ഇവിടെ. ഇത്രയല്ലേ പറ്റിയുള്ളൂ എന്ന് സമാധാനിച്ചുകൊണ്ടാണല്ലോ മനുഷ്യൻ അവന് വന്ന് ഭവിക്കുന്ന ആപത്തുകളെ തരണം ചെയ്യുന്നത്. പിച്ചു അയ്യർ തെല്ലിട ഖാനോൽക്കറുടെ അടുത്തുനിന്നു. ആ തെല്ലിട

നേരം കൊണ്ട് മനസ്സ് എവിടെയൊക്കെയോ സഞ്ചരിച്ചു. ജീവിതം യുക്തി രഹിതമായ ഒരു കഥയാണെന്ന് തോന്നി. സാമാന്യ ബുദ്ധിക്കും യുക്തിക്കും നിരക്കാത്ത എത്രയോ ചോദ്യങ്ങൾ നാം നിമിഷംപ്രതി സ്വയം ചോദിക്കുന്നു. വല്ലപ്പോഴും കിട്ടുന്ന ഉത്തരങ്ങൾക്കും യുക്തിഭദ്രതയില്ല. നാം കാണുകയും അനുഭവിക്കുകയും ചെയ്യുന്ന പല കാര്യങ്ങൾക്കും വിശദീകരണമില്ല. ഇതിൽനിന്നൊക്കെ കിഴിക്കേണ്ടത് കിഴിച്ചും കൂട്ടേണ്ടത് കൂട്ടിയും കിട്ടുന്ന ഉത്തരമാവാം ജീവിതം. അതും അസംശയമായി പറ യാൻ വയ്യ. ഊഹം മാത്രം.

പിച്ചു അയ്യർ പുറത്ത് വന്ന് ശടഗോപനോട് പറഞ്ഞു. "തനിക്ക് വേണെങ്കി വീട്ടില് പോകാം. ഞാനിവിടെ ഇരിക്കാം. വൈകുന്നേരം വന്നാ മതി."

"അത് നിങ്ങക്ക് ബുദ്ധിമുട്ടാവും. വേണ്ട. മൂർത്തി വരാറായി. അതി നുശേഷം ഞാൻ പോകാം."

പിച്ചു അയ്യർ തർക്കിക്കാൻ നിന്നില്ല. ആസ്പത്രി വരാന്തയുടെ നീളം അളന്നുകൊണ്ട് മെല്ലെ നടക്കുമ്പോൾ ആത്മബലം ക്ഷയിക്കുന്നതായി തോന്നി. അടുത്തുകണ്ട ബെഞ്ചിൽ കുറച്ചുനേരം ഇരുന്നു. കൂളറിൽ നിന്ന് വെള്ളം കുടിച്ചു. എല്ലാം തോന്നലാണെന്ന് ബോദ്ധ്യമായിട്ടേ പുറപ്പെ ട്ടുള്ളൂ.

# പതിനെട്ട്

**അ**രയിൽ വീതിയുള്ള ബെൽട്ട്. പിടിച്ചുനില്ക്കാനും മെല്ലെ നടക്കാനും വാക്കർ. കരിഞ്ഞു തുടങ്ങിയ മുറിവുകൾ. അങ്ങനെയാണ് ഖാനോൽക്കർ ആസ്പത്രി വിടുന്നത്. സ്വമനസ്സാലെ ഇറങ്ങിപ്പോവുകയല്ല. അവർ പറഞ്ഞുവിട്ടതാണ്. മുനിസിപ്പൽ ആസ്പത്രിയാണെങ്കിലും പല ചികിത്സകൾക്കും ഒന്നാന്തരം. പ്രത്യേകിച്ച് കിഡ്നി, ബ്രെയിൻ മുതലായവയുടെ. മുടിഞ്ഞ തിരക്കാണ് എപ്പോഴും. ഓ പി ഡിയിലൊന്നും സൂചികുത്താൻ പഴുതുണ്ടാവില്ല. മഹാരാഷ്ട്രക്കാർ മാത്രമല്ല. ഇതര സ്റ്റേറ്റുകളിൽനിന്നും അനവധിപേർ വിദഗ്ദ്ധ ചികിത്സതേടി വരുന്നുണ്ട്. ഇവർക്കൊക്കെ കിടക്കാനിടമെവിടെ. അത്യാവശ്യമുണ്ടെങ്കിൽ മാത്രമേ അഡ്മിറ്റ് ചെയ്യൂ. മുറിവ് നിശ്ശേഷം ഉണങ്ങിയതിനുശേഷം ഖാനോൽക്കറോട് ഫിസിയോതെറാപ്പിക്ക് വരാൻ പറഞ്ഞിട്ടുണ്ട്. വീട് അകലെയാണെന്നും ഭാര്യ സുഖക്കേടുകാരിയാണെന്നും പറഞ്ഞിട്ടൊന്നും രക്ഷയുണ്ടായില്ല. വണ്ടികളിൽ തിരക്കൊഴിയുന്ന സമയം നോക്കി വന്നാൽ മതി. അങ്ങനെ ഒരു സമയമുണ്ടോ എന്ന് അവരോട് ചോദിക്കാൻ വയ്യല്ലോ. ശരീരം ഇനിയും അവരെ ഏല്പിക്കേണ്ടതല്ലേ. മൂർത്തിയുടെയും ശടഗോപന്റെയും സഹായത്തോടെ ആസ്പത്രി വിട്ടു. ഒരു നഴ്സിനെ വെക്കുന്നത് നന്നായിരിക്കുമെന്ന് മൂർത്തിയും ശടഗോപനും ഖാനോൽക്കരെ ഉപദേശിച്ചു.

"എന്തിന്? എന്റെ ശരീരത്തിനല്ലേ ബലഹീനത വന്നിട്ടുള്ളൂ. ആ കുറവ് ഇപ്പോൾ സഹായത്തിനുള്ള പെൺകുട്ടി നികത്തും. അപ്പുറത്ത് ഒരു കട്ടിലിൽ കിടന്നുകൊണ്ട് ഞാനെന്റെ ശാന്തയെ കണ്ണുകൊണ്ടും മനസ്സുകൊണ്ടും നോക്കും. അതുപോരെ. ഞങ്ങളെ ഒരേ കയറിന്റെ രണ്ടറ്റത്തുമായി കെട്ടിക്കൊണ്ടുപോകാൻ ഞാൻ മൃത്യുദേവനോട് നിത്യവും

പ്രാർത്ഥിക്കും. ഞാനില്ലാതെ അവൾക്കോ ശാന്തയില്ലാതെ എനിക്കോ ഈ ഭൂമിയിൽ ജീവിതം വേണ്ട...

ഏതാണ്ട് അര നൂറ്റാണ്ടോളം പഴക്കമുള്ള ആ ബന്ധത്തിന്റെ ദാർഢ്യം ഇന്നുള്ളവർക്ക് അറിയില്ല. ഒന്നു വലിച്ചാൽ പൊട്ടുന്ന ബന്ധങ്ങളല്ലേ ഇപ്പോൾ. താലിച്ചരടിലോ മംഗൾ സൂത്രത്തിലോ കെട്ടുവീഴാതെ ഗർഭം ധരിക്കുന്നതും കുഞ്ഞിനെ പ്രസവിക്കുന്നതുമാണ് ഇപ്പോൾ ഫാഷൻ. സമൂഹത്തിന്റെ ലക്ഷ്മണരേഖകൾ ലംഘിക്കുന്നവർക്ക് പേരും പ്രശസ്തിയും ലഭിക്കുന്നു. അവർ അരങ്ങുകളിൽ തിമർത്താടുന്നു. ചില്ലു തിരശ്ശീലകളിൽ ശോഭിക്കുന്നു. ഖാനോൽക്കർ ശാന്താബായിയെ അഗ്നി സാക്ഷിയായി പരിണയിച്ചെങ്കിലും ഋതുശാന്തിയുടെ മുഹൂർത്തം ഒരാഴ്ചയ്ക്ക് ശേഷമായിരുന്നു. അന്നാണ് ആ മുഖമൊന്ന് നേരിൽക്കണ്ടത്. ശാരീരിക ബന്ധങ്ങളുടെ പൂർത്തീകരണത്തിന് പിന്നേയും ദിവസങ്ങളെടുത്തു. ഇന്ന് അതാണോ സ്ഥിതി? പാർക്കുകളിലും കടലോരത്തും ചെന്നിരുന്ന് ഇരുട്ടിന്റെ മറവിലും അല്ലാതേയും ചെയ്യരുതാത്തതൊക്കെ ചെയ്തിട്ടും ചാരിത്ര്യവതികളുടെ ലജ്ജയോടെയും സംശുദ്ധിയോടെയും പെൺകുട്ടികൾ മണിയറകളിൽ പ്രവേശിക്കുന്നു. അവളെ കാത്തിരിക്കുന്ന പുരുഷൻ അവന്റെ പൂർവ്വ ചരിത്രങ്ങൾ മറന്ന് അവളെ തന്നിലേക്കടുപ്പിക്കുന്നു. പരാതികൾക്കും പശ്ചാത്താപത്തിനുമുള്ള പഴുതുകളെല്ലാം കാലം അടച്ചിരിക്കുന്നു. ഞങ്ങളുടെ ബന്ധം ആജീവനാന്തമാണ്. മരണം ഭൗതികമായി ഞങ്ങളെ വേർപെടുത്തിയെന്ന് വരാം. എന്നാൽ ആത്മബന്ധങ്ങൾ അനശ്വരമാണ്. അതുകൊണ്ട് ഈ കട്ടിലിൽ കിടന്ന് നോക്കിയാൽ അതവൾക്ക് സ്നേഹലേപനമാവും. വേദന സംഹാരിയാവും. അതുകൊണ്ടുമാത്രം അവൾ ആശ്വാസം കൊള്ളും. എനിക്കും അങ്ങനെ തന്നെ. കിഴവന്റെ കിണുങ്ങൽ എന്ന് നിങ്ങൾക്ക് തോന്നുന്നുണ്ടാവും. നിങ്ങൾക്കങ്ങനയേ തോന്നൂ."

ഖാനോൽക്കറുടെ ദുശ്ശാഠ്യങ്ങൾക്ക് വഴങ്ങിക്കൊടുക്കേണ്ടിവന്നു. രോഗത്തെയും പരാധീനതകളെയും അതിജീവിക്കാനുള്ള അയാളുടെ ഉൾക്കരുത്ത് മറ്റുള്ളവരെ അത്ഭുതപ്പെടുത്തി. മരണത്തിനുപോലും താൻ തോറ്റുകൊടുക്കില്ല എന്നൊരു വാശി ഖാനോൽക്കർക്കുണ്ടെന്ന് പിച്ചു അയ്യർ ശടഗോപനോട് പറഞ്ഞു. എന്നാൽ അയാളുടെ കരുത്തിനേയും ദൃഢനിശ്ചയത്തിനേയും ഒന്നിളക്കിനോക്കാമെന്ന ദുരാഗ്രഹവുമായിട്ടാണ് രത്നഗിരിയിൽനിന്നും പറ്റും പാർശ്വവും പറഞ്ഞ് അനന്തിരവന്റെ വരവ്. ഖാനോൽക്കർ അവനെ സ്വാഗതം ചെയ്തില്ല. അവന്റെ സാന്നിദ്ധ്യം അവജ്ഞയോടെ അവഗണിച്ചു. ഇന്നലെ വരെയില്ലാതിരുന്ന ഒരു ബന്ധം ഇത്ര പെട്ടെന്ന് എങ്ങനെ പൊട്ടിമുളച്ചു എന്ന് അവന്റെ മുഖത്ത് നോക്കി ചോദിച്ചു.

"അമ്മാവന് ആരോഗ്യമുണ്ടായിരുന്നതുകൊണ്ട് ഞങ്ങൾക്ക് ആധിയില്ലായിരുന്നു. അപകടം പറ്റി എന്നറിഞ്ഞിട്ട് ഞങ്ങൾക്കവിടെ സമാധാനത്തോടെ ഇരിക്കാനാവുമോ. എന്റെ കാര്യം വിടൂ. 'ആയി' എനിക്ക്

സൈ്വരം തരാതായപ്പോഴാണ് ഞാനിറങ്ങിപ്പുറപ്പെട്ടത്."

"എന്നാൽ നീ വന്നതുപോലെതന്നെ തിരിച്ചുപൊക്കോ. ഞങ്ങൾക്കിവിടെ സുഖമാണെന്നും അടുത്തൊന്നും മരിക്കില്ലെന്നും അമ്മയോട് പറഞ്ഞേക്ക്. അത്യാവശ്യം വന്നാൽ ഞാൻ വിളിപ്പിക്കാം."

ഖാനോൽക്കറുടെ പരുഷമായ മറുപടി അവനെ ക്രുദ്ധനാക്കി. കൈകൾ കൂട്ടിത്തിരുമ്മി മുഖം ചുവപ്പിച്ച് അവൻ കോണിയിറങ്ങുമ്പോഴാണ് ശടഗോപൻ അവനെ കണ്ടത്. അവൻ ശടഗോപനെ അമർഷത്തോടെ നോക്കി. 'സാലാ മദ്രാസീ..' എന്നുള്ള നോട്ടം. ശടഗോപനും തമിഴിലെ സുന്ദരപദങ്ങൾ കണ്ണുകളിലേക്കാവാഹിച്ചു. അതിന്റെ പൊരുളറിയാതെ അവൻ വിരണ്ടു. അടുത്ത വരവ് മദ്ധ്യസ്ഥന്മാരോടൊപ്പമായിരുന്നു. "നോക്കൂ. നിങ്ങൾ രണ്ടുപേരും രോഗഗ്രസ്ഥർ. നാളെയെക്കുറിച്ച് ഒരുറപ്പുമില്ലാത്തവർ. സന്തുബന്ധുക്കളില്ലാത്തവർ.."

വന്നവരിൽ തലമൂത്തയാൾ പറഞ്ഞു തീരുന്നതിന്മുമ്പ് ഖാനോൽക്കർ ചോദിച്ചു. "നിങ്ങൾക്ക് നാളെ എന്ത് സംഭവിക്കുമെന്ന് കൃത്യമായിട്ടറിയാമോ? എങ്കിൽ ഒന്നെഴുതി തന്നാൽ കൊള്ളാം. നിങ്ങൾ ഇവിടുത്തെ ഇളകുന്ന കോണിപ്പടി ഇറങ്ങുമ്പോൾ ഉരുണ്ട്വീണ് മരിക്കില്ലെന്ന് ഉറപ്പുണ്ടോ? അല്ലെങ്കിൽ വഴിയിൽ ഏതെങ്കിലും വാഹനം ഇടിച്ച് ചാവില്ലെന്നാരു കണ്ടു?"

"തർക്കുത്തരം കേൾക്കാനല്ല, ഞങ്ങൾ വന്നത്. നിങ്ങളുടെ കാലശേഷം ഈ വീട് അന്യം നിന്നു പോകേണ്ടല്ലോ എന്ന് കരുതി.... എത്രയായാലും ആ പയ്യന്റേയും നിങ്ങളുടെയും ചോര ഒന്നല്ലേ?"

"അവിടെയാണ് നിങ്ങൾക്ക് തെറ്റ് പറ്റിയത്. ആ ചോരയൊക്കെ ശങ്കർസേഠ് റോഡിൽ ഒഴുകിപ്പോയി. ഇപ്പോൾ എന്റെ ദേഹത്തിലൊഴുകുന്നത് ഡോക്ടർമാർ കേറ്റിയ ചോരയാണ്. ആരുടേതെന്നറിയാത്ത ചോര. അതിന്റെ ബന്ധവും വിലയും നിങ്ങൾക്കെങ്ങനെ അറിയാം. ഇനി നിങ്ങൾ നടന്ന് കാലു കഴയ്ക്കണ്ട. ഞാനീ സ്ഥലംകൊണ്ട് എന്തു ചെയ്യണമെന്ന് തീരുമാനിച്ചു കഴിഞ്ഞു. നിങ്ങൾക്ക് പോകാം."

അവർ ദൗത്യം പരാജയപ്പെട്ട ഖേദത്തോടെ ഇറങ്ങിപ്പോയി.

ഒരാഴ്ചയ്ക്കുള്ളിൽ ഖാനോൽക്കറും ഭാര്യയും പട്ടാപ്പകൽ കൊലചെയ്യപ്പെട്ടു.

പിറ്റേദിവസത്തെ പത്രവാർത്തകൾ കണ്ട് പിച്ചു അയ്യർ നടുങ്ങി. വൃദ്ധദമ്പതികളുടെ കൊലപാതകം. ഏകാകികളായി ജീവിക്കുന്ന വൃദ്ധന്മാരും വൃദ്ധകളും വർദ്ധിച്ച തോതിൽ ആക്രമിക്കപ്പെടുന്നു. ഇക്കൊല്ലത്തെ സ്ഥിതിവിവരക്കണക്കുകളിൽ രണ്ടുപേർകൂടി! പൊലീസ് അന്വേഷണം ഊർജ്ജിതപ്പെടുത്തിയിരിക്കുന്നു. ചില തുമ്പുകൾ പൊലീസിന് ലഭിച്ചിട്ടുണ്ട്. ശടഗോപനും കൃഷ്ണമൂർത്തിയും പൊലീസ് സ്റ്റേഷൻ കയറിയിറങ്ങേണ്ടി വന്നു. അവർ നല്കിയ മൊഴിയുടെ അടിസ്ഥാനത്തിൽ രത്നഗിരിയിൽനിന്ന് ഖാനോൽക്കറുടെ മരുമകനെ പൊക്കി. അവനെ ചോദ്യവും ഭേദ്യവും ചെയ്തു കഴിഞ്ഞപ്പോൾ രണ്ട് സുപ്പാരി കില്ലേഴ്സ് കൂടി അകത്തായി. രത്നഗിരിക്കാരൻ ഓരോരുത്തർക്കും നല്കിയ പ്രതിഫലം അയ്യാ

യിരം രൂപ വീതം. അത് കേട്ടപ്പോൾ പിച്ചു അയ്യർ നെഞ്ചത്ത് കൈവെച്ചു. “അടടാ മഹാപാപികളെ ഒരു മനുഷ്യജീവന്റെ വില ഇത്ര നിസ്സാരമോ?”

മക്കൾ ഓഫീസിലും സുബ്ബുഡു സ്കൂളിലും പോയിക്കഴിഞ്ഞാൽ താനൊറ്റയ്ക്കാണ്. വളരെ വളരെ ഒറ്റയ്ക്കാണ്. വെരി മച്ച് എലോൺ... അപരിചിതർക്ക് വാതിൽ തുറക്കില്ല എന്നുള്ളതൊക്കെ ശരി തന്നെ. എന്നാൽ തൂത്തുവാരാൻ ‘ബായി’ വരുമ്പോൾ വാതിൽ തുറക്കാതിരിക്കാൻ പറ്റുമോ. ഗൂർഖ സൊസൈറ്റിയുടെ നോട്ടീസോ രശീതോ കൊണ്ടു വരുമ്പോൾ എന്തു ചെയ്യും. ഇവർ നിത്യവും കാണുന്നവരും പരിചയക്കാരുമാണെന്ന് സമ്മതിക്കാം. ചിലപ്പോൾ അവർ ആരുടെയെങ്കിലും ഭീഷണിക്ക് വഴങ്ങിയാണ് വാതിൽമണി അടിക്കുന്നതെങ്കിലോ. രണ്ടുമാസം മുമ്പ് സർദാർ നഗറിലെ ശ്രീനിവാസയ്യങ്കാരുടെ വീട്ടിൽ കളവുനടന്നത് അപ്രകാരമാണ്. വെളുപ്പാൻകാലത്ത് പതിവുപോലെ ഗൂർഖ പാലുമായി വന്ന് ബെല്ലടിച്ചു. വാതിൽതുറന്നപ്പോൾ ഗൂർഖയെ തള്ളി താഴെയിട്ട് മൂന്നു പേർ അകത്ത് കടന്നു. കഴുത്തിൽ കത്തിമുനകൊണ്ട് ചോര പൊടിഞ്ഞപ്പോൾ, നെഞ്ചിന് നേരെ റിവോൾവർ ഉന്നം പിടിച്ചപ്പോൾ അയ്യങ്കാർ താക്കോൽക്കൂട്ടം അവരെ ഏല്പിച്ചു. കോകിലയുടെ കല്യാണത്തിന് വാങ്ങിവെച്ചിരുന്നതെല്ലാം.. അടുത്ത മുറിയിൽ കിടന്നുറങ്ങുന്ന മകനെ വിളിച്ചുണർത്താതിരുന്നത് ദൈവാധീനം കൊണ്ടാണെന്ന് അയ്യങ്കാർ പറഞ്ഞു. അല്ലെങ്കിൽ അവനും നഷ്ടപ്പെട്ടേനെ. പഴയ സുഹൃത്തായ അയ്യങ്കാറുടെ വിവരണം കേട്ടുകൊണ്ടിരിക്കുമ്പോൾ നട്ടെല്ലിൽക്കൂടി ശൈത്യതരംഗങ്ങൾ പായുകയായിരുന്നു. അതിനുശേഷം വീട്ടിൽ ഒറ്റയ്ക്കാവുമ്പോൾ പിച്ചു അയ്യർ പരവശനാവാറുണ്ട്. വാതിൽമണി ശബ്ദിക്കുമ്പോഴൊക്കെ ശരീരം ഞെട്ടി വിറയ്ക്കുകയും വിയർക്കുകയും ചെയ്തു. ഭയമകറ്റാൻ വിഷ്ണുസഹസ്രനാമം ജപിച്ചു. അർജ്ജുനൻ.... ഫൽഗുനൻ ചൊല്ലി. മനസ്സിന്റെ ദൗർബല്യം ഇനിയും വിട്ടുമാറിയിട്ടില്ല. ഇപ്പോൾ ഏറെ ഭയം കൊറിയർക്കാരെയാണ്. ആളുകൾ തപാൽമാർഗ്ഗം ഏതാണ്ട് ഉപേക്ഷിച്ച മട്ടാണ്. നേരത്തിനും സമയത്തിനും എത്തേണ്ട ഉരുപ്പടികൾ കൊറിയർ വഴിയാണ് സഞ്ചാരം. പോസ്റ്റുമാനുമായുള്ള സൗഹൃദവും പരിചയവും നഷ്ടപ്പെട്ടിരിക്കുന്നു. പ്രതീക്ഷയോടെയുള്ള കാത്തിരിപ്പും. ഇപ്പോൾ വാതിൽമണി മുഴങ്ങുമ്പോൾ ഭയമാണ് സന്തതസഹചാരി. വരുന്നവന്റെ മുഖം കൊലപാതകിയുടേയോ കവർച്ചക്കാരന്റെയോ നിർദ്ദോഷിയായ സാധാരണക്കാരന്റെയോ ആവാം. പീപ്പ് ഹോളിലൂടെ നോക്കി ആളെ തിരിച്ചറിയാനുള്ള കാഴ്ച കണ്ണിനില്ല. കൈയെത്താവുന്ന അകലത്തിൽ വെച്ചിരിക്കുന്ന കറിക്കത്തിയും ഗൂർഖയെക്കൊണ്ട് വാങ്ങിപ്പിച്ച മുണ്ടൻവടിയും സമാധാനത്തിനുവേണ്ടി മാത്രം. അതുപയോഗിക്കാനുള്ള കൈക്കരുത്തോ ആത്മവിശ്വാസമോ തനിക്കില്ല. പിന്നെ വാതിലിൽ മുട്ടുന്നവരെയെല്ലാം കള്ളന്മാരും കൊള്ളക്കാരുമായി കാണുന്നത് മനോരോഗത്തിന്റെ ലക്ഷണമാവും. അതുകൊണ്ട് വിപൽചിന്തകളെ അതിജീവിക്കാനുള്ള മനോവ്യായാമങ്ങളിലേർപ്പെടുന്നു.

# പത്തൊൻപത്

**പി**ച്ചു അയ്യർ പുൽപ്പരപ്പിന്റെ ഹരിതശൂന്യതയിലേക്ക് വ്യർത്ഥതാബോധത്തോടെ നോക്കി. ഉത്സവപ്പറമ്പിൽ കൂട്ടം തെറ്റിയ കുട്ടിയുടെ നിസ്സഹായതയും പരിഭ്രമവും അന്തമില്ലായ്മയുമാണ് അനുഭവപ്പെടുന്നത്. കൂട്ടം പിരിഞ്ഞിട്ടിവനേകനായീ... എന്ന് മനസ്സ് കേഴുകയാണോ, നാലുമണി കഴിഞ്ഞാൽ എന്തൊരു ബഹളമാണ്. ഉച്ചവെയിലായാലും. ചാറൽമഴയായാലും ഇളംമഞ്ഞായാലും പ്രായത്തിന്റെ ഉറകൾ ഊരിയിട്ട് സുഖസല്ലാപങ്ങളിൽ മുഴുകാറുള്ള സായാഹ്നങ്ങൾ. കൂട്ടത്തിൽനിന്ന് മൂന്ന് പേരേ പോയിട്ടുള്ളൂ. ചൗധരി, വർഗ്ഗീസ്, ഖാനോൽക്കർ. പക്ഷേ, മുപ്പതുപേരുടെ അഭാവം അനുഭവപ്പെടുന്നു. പഴയ മുറകളൊക്കെ തെറ്റിയിരിക്കുന്നു. ഖാനോൽക്കറുടെ ദാരുണമായ അന്ത്യം എല്ലാവരുടേയും ബാലൻസ് തെറ്റിച്ചിരിക്കുന്നു. ഖാനോൽക്കറുടെ ഇച്ഛയ്ക്കനുസരിച്ച് വിറകും നെയ്യും ചന്ദനമുട്ടിയുമൊക്കെയിട്ട് അടുത്തടുത്ത് ചിതകൾ കൂട്ടി ദഹിപ്പിച്ചു. പഞ്ചഭൂതങ്ങളിൽ ലയിപ്പിച്ചു. രണ്ടുപേരുടെയും ചിതാഭസ്മങ്ങൾ ഒരേ മൺകലത്തിലാക്കി. ഏറ്റവും പ്രായം കുറഞ്ഞ ശടഗോപൻ പുത്രസ്ഥാനമേറ്റു. നാസിക്കിൽപോയി ചിതാഭസ്മം ഗോദാവരിയിലൊഴുക്കി. പഞ്ചവടിയിൽ തർപ്പണം ചെയ്തു. അതിനുശേഷം ശടഗോപനെ കണ്ടിട്ടില്ല. കൃഷ്ണമൂർത്തിയേയും കണ്ടില്ല. ആരേയും കാണുന്നില്ല. ഇവർക്കൊക്കെ എന്തു പറ്റി? പിച്ചു അയ്യർ ദിക്കുകളോട് ചോദിച്ചു. കാറ്റിനോട് ചോദിച്ചു. ഉത്തരം ലഭിക്കാതെ ഹതാശനായി മടങ്ങാൻ തുടങ്ങുമ്പോൾ മിശ്രയും റെഡ്ഡിയും കൂടി അകലെനിന്ന് വരുന്നത് കണ്ടു. പിച്ചു അയ്യർക്ക് അല്പം ആശ്വാസമായി. കുറച്ചു നേരമെങ്കിലും എന്തെങ്കിലും പറഞ്ഞ് ചെലവഴിക്കാമല്ലോ. തോർത്ത് വിരിച്ച് അയ്യർ പുല്ലിലിരുന്നു. മേഘങ്ങളില്ലാത്ത ആകാശത്തേക്ക് നോക്കി വിളിച്ചു. ആണ്ടവനേ മുരുഹാ..

"എന്താ അയ്യർ സാബ് ഒറ്റയ്ക്കിരുന്ന് ആലോചിക്കുന്നത്?"

"എനിക്കിപ്പൊ ഒന്നും ആലോചിക്കാനാവുന്നില്ലല്ലോ എന്നാണാലോചിക്കുന്നത്."

"ഒന്നും ആലോചിക്കാനാവുന്നില്ലെങ്കിൽ അതാണ് നിർവ്വാണാവസ്ഥ. അതിൽ കൂടുതൽ എന്തുവേണം?"

റെഡ്ഡി പല്ലില്ലാത്ത മോണകളുടെ നഗ്നത വെളിപ്പെടുത്തി. മിശ്ര 'ഹരേ റാം' എന്ന് പറഞ്ഞുകൊണ്ട് പുല്ലിൽ ഇരുന്നു.

"എന്തൊക്കെയുണ്ട് മിശ്രാജീ വിശേഷങ്ങൾ?" പിച്ചു അയ്യർ നിർദ്ദോഷമായ ഒരു ചോദ്യത്തോടെ നിരർത്ഥകമായ സംഭാഷണത്തിന് തുടക്കമിടുകയായിരുന്നു.

മിശ്രാജി തെല്ലിട മൗനം പൂണ്ടു. പിന്നെ താഴ്ന്ന ശബ്ദത്തിൽ പറഞ്ഞു, "വിശേഷങ്ങളുണ്ട് പറയാം."

പിച്ചു അയ്യരുടെ മുഖഭാവം മാറി. എന്തെങ്കിലും അസുഖകരമായ വാർത്തയാണോ മിശ്രാജിക്കും പറയാനുള്ളത്. ഉടനെ സ്വയം ഗുണദോഷിച്ചു. എന്തിനാണ് അങ്ങനെ ചിന്തിക്കുന്നത്. മിശ്രാജി എന്തെങ്കിലും സന്തോഷവാർത്തയുമായിട്ടാണ് വന്നിരിക്കുന്നതെങ്കിലോ.

"അയ്യർജീ ഞാൻ എന്റെ ഗംഗാ മയ്യയുടെ മടിയിലേക്ക് പോവുകയാണ്. വീണ്ടും ഒരു കൈക്കുഞ്ഞായി.."

"മിശ്രാജി തമാശ പറയുകയാണോ?"

"അല്ല. കാര്യമായിട്ടുതന്നെ. എന്റെ മോന് അലഹാബാദിലേക്ക് സ്ഥലം മാറ്റം. അവൻ എത്രകാലംകൊണ്ട് ശ്രമിക്കുന്നതാണെന്നോ. ഇപ്പഴേ കാശി വിശ്വനാഥൻ അനുഗ്രഹിച്ചുള്ളൂ. അന്ത്യകാലമടുക്കുമ്പോൾ എന്നെ തന്റെ സവിധത്തിലേക്ക് വിളിച്ചാൽ മതിയെന്ന് അങ്ങേർക്ക് തോന്നിയിട്ടുണ്ടാവാം."

മിശ്ര പ്രകാശമില്ലാത്ത ഒരു ചിരിയിൽ സംഭാഷണം നിറുത്തി. പിച്ചു അയ്യർ നിർവ്വികാരനായി ഇരുന്നു. നിശ്ശബ്ദതയുടെ ആ വിടവിലേക്ക് റെഡ്ഡി പ്രവേശിച്ചു. "ഞാനും യാത്രാ മൊഴിയുമായിട്ടാണ് വന്നിരിക്കുന്നത്. ഞാനെന്റെ വയലുകളിലേക്ക് തിരിച്ചുപോകുന്നു. റെഡ്ഡിയുടെ ഏറ്റവും ഇളയ മകൻ, പീപ്പിൾസ് വാർ ഗ്രൂപ്പിൽ ചേർന്നു. തികഞ്ഞ മൂരാച്ചി ജന്മി സ്വഭാവം കാണിച്ചിരുന്ന മൂത്ത ജ്യേഷ്ഠനെ വസ്തുതർക്കത്തിന്റെ പേരിൽ അർദ്ധരാത്രിയിൽ നിറതോക്കുമായിവന്ന് വകവരുത്തി. ഒരേ വയറ്റിൽ കിടന്നവർ. ഒരേ പായിൽ കിടന്ന് ഒരേ പുതപ്പിനടിയിൽ ചുരുണ്ട് കൂടാറുള്ളവർ. ഇളയവൻ മൂത്രമൊഴിച്ച് മുക്കിയാലും മുറുമുറുക്കാത്തവൻ. അവന്റെ നെഞ്ചിൽ നിറയൊഴിച്ചവൻ എന്തുതന്നെ ചെയ്തുകൂടാ."

"അവൻ ഇനിയെന്തെങ്കിലും ചെയ്യുന്നതിനുമുമ്പ് ഞാൻ അവന്റെ മുമ്പിൽ ചെന്ന് നില്ക്കാമെന്ന് വിചാരിക്കയാണ്.."

പിച്ചു അയ്യർ അതുകേട്ട് സ്തബ്ധനായി ഇരുന്നു. അവർക്കിടയിൽ പതിയെ വീശിയിരുന്ന ഇളംകാറ്റ് ഒച്ചവെച്ച് അലറുന്നു. അതിൽനിന്ന് കേൾക്കുന്ന യുദ്ധകാഹളം പിച്ചു അയ്യരെ നടുക്കി. ചോരപ്പുഴ നീന്തി

ക്കടന്നുവരുന്ന റെഡ്ഡിയുടെ മകന്റെ രൂപം ദുഃസ്വപ്നമായി തെളിയുന്നു. അയാൾ ഏറെനേരം ഒരനക്കവുമില്ലാതെയിരുന്നു. പിന്നെ വെളിപാട് കൊണ്ടതുപോലെ പറഞ്ഞു. "അത് വേണ്ടാ റെഡ്ഡീ, വേണ്ട. ഒന്നുകൂടി ആലോചിച്ചിട്ട് പോരേ? അതിവിപ്ലവകാരികൾക്ക് അച്ഛനും അമ്മയും ഒന്നും ഇല്ല എന്നാണ് കേട്ടിരിക്കുന്നത്. വർഗ്ഗസമരത്തിൽ രണ്ട് വർഗ്ഗങ്ങ ളേയുള്ളൂ, ചൂഷിതരും ചൂഷകരും. ചൂഷകരാണെന്ന് ബോദ്ധ്യപ്പെട്ടവരെ നിരത്തി നിർത്തി വെടിവെച്ച് കൊല്ലാൻ അവർക്ക് രണ്ടാമതൊന്ന് ആലോ ചിക്കേണ്ടതില്ല."

"നിയോഗങ്ങൾ തടുക്കാനോ മാറ്റിയെഴുതാനോ നമുക്കാവില്ല സ്വാമീ. മകന്റെ കൈകൊണ്ട് മരിക്കാനാണ് യോഗമെങ്കിൽ അങ്ങനെയാവട്ടെ. അതല്ലാ എന്നോടെതിരിടാൻ മടിച്ച് അവന്റെ മനസ്സ് മാറുകയാണെങ്കിൽ അങ്ങനെയാവട്ടെ."

"എന്നാലും ഡെഞ്ചര്!* കിട്ടിയിട്ട് പോരേ യാത്ര?"

പിച്ചു അയ്യർ ചിരി വരാതെ ചിരിച്ചു. സന്ദർഭത്തിന് ലാഘവം വരു ത്താനുള്ള ചിരി. അത് മനസ്സിലാക്കിയ മിശ്രാജി പറഞ്ഞു.

"റെഡ്ഡിക്ക് അവിടെ ചെന്നാൽ സ്വർണ്ണപ്പല്ല് തന്നെ വെക്കാമല്ലോ."

"ങ്ഹാ, അങ്ങനെയും ഒരു കാലമുണ്ടായിരുന്നു. അന്ന് ഞങ്ങളുടെ പത്തായത്തിൽ എലികൾ തിന്നുതീർക്കാറുള്ള നെല്ലുകൊണ്ട് പത്തു കുടുംബം കഴിയാം. എന്തിന് അടുത്തകാലംവരെ ബോംബെയിലുള്ള എന്റെ മകന് ആണ്ടോടാണ്ട് ഭക്ഷണത്തിന് വേണ്ട അരിയും ഗോതമ്പും ഞങ്ങളുടെ വയലുകളിൽ നിന്നാണ് വന്നു ചേരാറ്. അതൊക്കെ ഒന്നോടെ നഷ്ടപ്പെടുന്നത് സഹിക്കുമോ." പിച്ചു അയ്യരും മിശ്രയും മറുപടി പറ ഞ്ഞില്ല. അവർ മുഖത്തോട് മുഖം നോക്കി.

"ഈ തിരുട്ട് പശ്ങ്കളെ കാണറ്തില്ലല്ലോ."

ശടഗോപനേയും നായരേയും കൃഷ്ണമൂർത്തിയേയും കുറിച്ചായി രുന്നു പരാമർശം. അരക്കെട്ടിൽ കൈയമർത്തി വില്ലുപോലെ പിന്നാക്കം വളഞ്ഞു. നട്ടെല്ലുണ്ടായതുകൊണ്ടുള്ള കുഴപ്പമാണിതൊക്കെ." റെഡ്ഡി മോണയുടെ ഉദാരത വെളിവാക്കിക്കൊണ്ട് ചിരിച്ചു.

"ശരിയാണ്." പിച്ചു അയ്യർ പറഞ്ഞു. "ഈ സാധനം ഉണ്ടായിരു ന്നില്ലെങ്കിൽ എവിടെ വേണമെങ്കിലും ചുരുണ്ടുകൂടാം, ആരുടെയും മുമ്പിലും നടു വളയ്ക്കാം. നമസ്കരിക്കാം.."

പിച്ചു അയ്യർ മെല്ലെ നടക്കാനാരംഭിച്ചു.

റെഡ്ഡി ചോദിച്ചു. "എവിടെപ്പോകുന്നു?"

"ശടഗോപനെ ഒന്ന് വിളിക്കാം. ബൂത്ത് വരെ നടന്നാൽ നടുവിന് ആയാസം കിട്ടും."

"നമ്മളെ ആരേം വിളിച്ച് വരത്തണ പതിവില്ലല്ലോ. വരുന്നെങ്കിൽ വരട്ടെ. കുറച്ച് നേരംകൂടി കാക്കാം."

"നിങ്ങൾ പോകുന്ന വിവരം അറിയിക്കാമെന്ന് കരുതി."

---

* കൃത്രിമപ്പല്ല്

"അതിനൊക്കെ ഇനീം സമേം കെടക്കണു. സ്വാമി ഇരിക്കൂ."

"പിച്ചു അയ്യർ റെഡ്ഡി പറഞ്ഞതനുസരിച്ചു. ഗുരുനാഥനല്ലേ. ഓസ്മാനിയാ സർവ്വകലാശാലയിലെ പ്രശസ്തനായ പ്രൊഫസർ. അനശ്വരമായ ശിഷ്യസമ്പത്തിന്റെ ഉടമ. റെഡ്ഡി താനാരാണെന്നുള്ളതു രഹസ്യമായി സൂക്ഷിച്ച അടുത്തകാലംവരെ യദൃച്ഛയാ വന്നുചേർന്ന ഒരു ശിഷ്യനാണ് ഗുരുവിന്റെ മഹിമ വെളിപ്പെടുത്തിയത്. ആ വെളിപ്പെടുത്തൽ അവരെയെല്ലാം അന്ധാളിപ്പിച്ചുവെങ്കിലും റെഡ്ഡി അതറിഞ്ഞതായി നടിച്ചതേയില്ല. എല്ലാം പഴയപടിതന്നെ. ആ മനുഷ്യൻ സ്വന്തം മകനോട് തോല്ക്കില്ല. എന്തോ ദൃഢനിശ്ചയങ്ങളുമായിട്ടാണ് പോകുന്നത്.

"റെഡ്ഡീ, നിങ്ങളുടെ ഭൂസ്വത്തല്ലേ മറ്റുള്ളവർക്ക് പിടിച്ചെടുക്കാനാവൂ? അറിവും ശിഷ്യസമ്പത്തും ആർക്കും കൊള്ളയടിക്കാനാവില്ലല്ലോ." റെഡ്ഡി നിരർത്ഥകമായി പുഞ്ചിരിച്ചു. "ഇക്കാലത്ത് അതിനൊക്കെ വല്ല വിലയുമുണ്ടോ സ്വാമീ? അതൊക്കെ ഓർക്കാതെയും പറയാതേയും ഇരിക്കുന്നതാണ് ഉത്തമം. മക്കളെ നല്ലവരായി വളർത്താൻ കഴിയാത്തവന് എങ്ങനെ നല്ല ശിഷ്യന്മാരെ വാർത്തെടുക്കാൻ കഴിയും. എന്നെക്കുറിച്ച് ഏതോ വിവരമില്ലാത്തവൻ പറഞ്ഞ കഥകളൊന്നുംകേട്ട് നിങ്ങളമ്പരക്കരുത്. എനിക്ക് എന്നോട് പുച്ഛമാണ്."

"എമണ്ടീ റെഡ്ഡിഗാരു. ആരോടാണ് പുച്ഛവും ദേഷ്യവും?" എന്നു ചോദിച്ചുകൊണ്ട് ശടഗോപനും കൃഷ്ണമൂർത്തിയും ഹാജർ പറഞ്ഞു.

# ഇരുപത്

മേനോൻ അണ്ടർഗ്രൗണ്ടിൽ പോകാനുള്ള കാരണത്തെക്കുറിച്ചായിരുന്നു, അന്നത്തെ ചർച്ച.

"അയാള് ആ വേലക്കാരി പെണ്ണിന് വയറ്റില്ണ്ടാക്കീട്ടുണ്ടോന്നാ എന്റെ ബലമായ സംശയം." നായർ പറഞ്ഞു.

"അവനാലെ അതോന്നും മുടിയാതപ്പാ." കൃഷ്ണമൂർത്തി ദൃഢസ്വരത്തിൽ പറഞ്ഞു. "അത് ഇയാൾക്ക് എങ്ങനെ അറിയാം?" നായർ ചോദിച്ചു. "നിങ്ങള് അയാളുടെ കാവല്ക്കാരനായിരുന്നോ?"

"എന്തിനാ കാവലൊക്കെ? ഉണ്ണ്യേ കണ്ടാ അറീല്ല്യേ ഊരിലെ പഞ്ഞം."

"ഇനി അഥവാ മേനോൻ അങ്ങനെ എന്തെങ്കിലും ചെയ്തിട്ടുണ്ടെങ്കി തന്നെ അതിന്റെ ഉത്തരവാദികള് നിങ്ങളാണ്."

പിച്ചു അയ്യർ വിധി പ്രസ്താവിക്കുന്നതുപോലെ പറഞ്ഞു.

"ഞങ്ങളെന്ത് ചെയ്തൂന്നാ സാമി പറേണത്?"

"വേണ്ടാത്തതൊക്കെ അയാൾക്ക് ഉപദേശിച്ചുകൊടുത്തത് നിങ്ങളല്ലേ?"

"ഞങ്ങളിവിടെ നേരം പോക്കിന് പലതും പറയാറുണ്ട്. അതൊക്കെ ആരെങ്കിലും വീട്ടിപ്പോയി പരീക്ഷിച്ച് നോക്കാറുണ്ടോ?"

"ഇതൊക്കെ നമ്മള് ഊഹിച്ച്ണ്ടാക്കണതാണ്. ആരെങ്കിലും പോയി അന്വേഷിച്ച് നോക്കിയോ? ഒരുപക്ഷേ, അയാൾ സൂക്കേടായി കെട്ടപ്പാണെങ്കിലോ?"

"ശരിയാണ്. ഖാനോൽക്കറുടെ കുഴപ്പങ്ങൾക്കിടയ്ക്ക് നമ്മുടെ കണ്ണികളൊക്കെ അകന്നു. ഇനി വീണ്ടും കൂട്ടി യോജിപ്പിക്കണം."

"ഖാനോൽക്കറുടെ വിവരങ്ങളൊന്നും മേനോൻ അറിഞ്ഞിട്ടുണ്ടാവില്ല. അറിഞ്ഞിരുന്നെങ്കിൽ വരാതിരിക്കില്ല."

"അറിയിക്കാതിരുന്നത് നമ്മുടെ തെറ്റ്. മേനോനെ നമ്മൾ ഒറ്റപ്പെടുത്തിയെന്ന പരിഭവമുണ്ടാവാം." പിച്ചു അയ്യർ പറഞ്ഞു "ആരായാലും അങ്ങനെയേ കരുതൂ."

"ശരിയാണ്." നായർ പറഞ്ഞു. "ഒരുകാര്യം ചെയ്യാം. ഞാനും ശടഗോപനും കൂടി ഇന്നുതന്നെ ആ പുകയുന്ന അഗ്നിപർവ്വതത്തെ സമീപിക്കാം. ആദ്യത്തെ ഷോക്ക് വേവ്സും ലാവയും ഞങ്ങളേറ്റ് വാങ്ങാം."

ശടഗോപന്റേയും നായരുടേയും സന്ദർശന റിപ്പോർട്ട്:

ആര് മുന്നിൽ നടക്കും എന്നതിനെക്കുറിച്ച് നായരും ശടഗോപനും തമ്മിൽ വാക്കുതർക്കമുണ്ടായി. അവസാനം നായർതന്നെ മുന്നിൽ നടന്നു. നഗരത്തിനുള്ളിൽ നഗരാക്രമണങ്ങളെ ചെറുത്തുകൊണ്ട് ഗ്രാമവിശുദ്ധിയും തനിമയും കൂട്ടായ്മയും സൗഭാഗ്യങ്ങളും ഇന്നും നിലനിർത്തുന്ന പല ഗ്രാമങ്ങളുണ്ട്. ഓടിട്ട ചെറിയ വീടുകളും കിണറും തൊഴുത്തും നാല്ക്കാലികളും. പോയി കണ്ടാലല്ലാതെ നമുക്ക് വിശ്വാസം വരില്ല. ലക്ഷക്കണക്കിന് പണം കൊടുക്കാമെന്ന് പറഞ്ഞ് ബിൽഡേഴ്സും കോൺട്രാക്റ്റർമാരും പ്രലോഭിപ്പിച്ചിട്ടും ഗ്രാമവാസികൾ ഇളകിയില്ല. ഇവിടത്തുകാർ നമ്മളെപ്പോലെ ദുരാഗ്രഹികളല്ല. അവർക്ക് ഒന്നും വെട്ടിപ്പിടിക്കണമെന്നില്ല. ഉള്ളത് നിലനിർത്തണമെന്നേയുള്ളൂ. മേനോൻ ആദ്യകുടിയേറ്റക്കാരിൽ ഒരുവനായതുകൊണ്ട് അന്നേ സംഘടിപ്പിച്ചെടുത്തതാണ് വീട്. ഓടിട്ട ഒരു ചെറിയ വീട്. വാതിലിനും ജനലിനും ഉയരമില്ല. നമ്മൾ കുനിഞ്ഞ് കടന്നില്ലെങ്കിൽ തലമുട്ടും. മുറ്റവും തുളസിത്തറയുമുണ്ട്. മേനോൻ ധാരാളം ചെടികളും വച്ചു പിടിപ്പിച്ചിട്ടുണ്ട്. അവയുടെ പരിചരണമാണ്, ഉച്ചവരെ. ഉച്ചയൂണ് കഴിഞ്ഞാൽ ഉറക്കം. വൈകുന്നേരം ഇടയ്ക്കൊക്കെ നമ്മുടെ സഭയിൽ വന്നുചേരാറുണ്ടല്ലോ. പുറത്ത് പോയാലും ഇല്ലെങ്കിലും പതിവ് ചിട്ടകൾ തെറ്റിക്കാറില്ല. ഗ്ലാസിന്റെ പുറത്തെ തണുപ്പും ഉള്ളിലെ ചൂടും അനുഭവിക്കുമ്പോൾ പശ്ചാത്തലത്തിൽ പഴയ നാടക ഗാനങ്ങളുണ്ടാവും. കെ എസ് ജോർജ്ജും ആന്റോവും സുലോചനയും ദേവരാജനും വയലാറുമൊക്കെ വീണ്ടും സമ്മേളിക്കുന്നു. ബലികുടീരങ്ങൾക്ക് മീതെ പച്ചപ്പനന്തത്തകൾ പറക്കുന്നു... എല്ലാം പഴയ എൽ പി റെക്കാഡുകൾ. റെക്കോഡുകളുടെ ശേഖരം കണ്ട് ഞങ്ങളുടെ കണ്ണ് തള്ളിപ്പോയി. ഇങ്ങനെയുണ്ടോ മനുഷ്യർക്ക് ഭ്രാന്ത്.

അത് ചോദിച്ചപ്പോൾ മേനോൻ കരിമ്പനകൾ കാറ്റിലുലയുന്ന ശബ്ദത്തിൽ ചിരിച്ചു. നിങ്ങൾ ശ്രദ്ധിച്ചിട്ടുണ്ടോ, മേനോൻ ചിരിക്കുമ്പോൾ പല്ലുകൾ കാണത്തക്കവിധം മാത്രമേ വായ തുറക്കൂ. വയറിന്റെ കുലുക്കമാണ് ചിരിയുടെ ഇന്റൻസിറ്റിയുടെ സൂചിക. വാസ്തവത്തിൽ മേനോന്റെ ചിരി ആരംഭിക്കുന്നതും അവസാനിക്കുന്നതും വയറിന്മേലാണ്. മുഖത്ത് ചിരിയുടെ ലാഞ്ഛന മാത്രമേ കാണൂ. നമ്മൾ പ്രതീക്ഷിച്ചതുപോലെ ദേഷ്യമോ പരിഭവമോ പ്രകടിപ്പിച്ചില്ല. മറിച്ച് മേനോനാണ് കുണ്ഠിതപ്പെട്ടത്. നമ്മളോട് ഒന്നും പറയാതെ ഒന്നൊന്നര മാസം നാട്ടിൽ പോയിരുന്നതിന്. മുൻകൂട്ടി നിശ്ചയിക്കാത്ത പരിപാടിയായിരുന്നു. വേഗം തിരിച്ചു

വരണമെന്നായിരുന്നു പ്ലാൻ. അത് നടന്നില്ല. എന്തായാലും ഖാനോൽക്കർ ഇത്ര പെട്ടെന്ന് യാത്രയാവുമെന്ന്... ഒന്ന് കാണാൻ കഴിഞ്ഞില്ലല്ലോ എന്ന സങ്കടമുണ്ട്. നാട്ടിൽപ്പോയി ചടഞ്ഞുകൂടിയതിന്റെ രഹസ്യം ചോർത്തി യെടുക്കാൻ ഞങ്ങൾക്ക് കഠിനപ്രയത്നം തന്നെ വേണ്ടിവന്നു. അവസാനം പൂച്ച പുറത്ത് ചാടി. നാട്ടിൽ പോയി നാലാളുകളുടെ മുമ്പിൽവെച്ച് വേല ക്കാരിയായി വന്ന ദാക്ഷായണിയെ വീട്ടുകാരിയാക്കി. ഞങ്ങൾ അതുകേട്ട് സ്തബ്ധരായിരിക്കുമ്പോൾ ദാക്ഷായണി ഒരു നാടൻ വധുവിന്റെ വേഷ ത്തിൽ ഞങ്ങൾക്ക് ചായയും പലഹാരവും കൊണ്ടുവന്നു. പണ്ടെന്നോ കണ്ട ഉണക്ക വേലക്കാരി പെണ്ണിന് വന്ന രൂപാന്തരം ഞങ്ങളെ വിസ്മ യിപ്പിച്ചു. കറുത്തകരയുള്ള മുണ്ടും വേഷ്ടിയും. കാതിൽ ജിമിക്കി. നെറ്റി യിൽ ചന്ദനക്കുറി. അവൾ പഴയ രീതിയിൽ ആറുമുഴം നീളമുള്ള ഒന്നര യുടുത്തിട്ടുണ്ടാവുമെന്ന് ഞങ്ങൾക്കുറപ്പുണ്ടായിരുന്നു. കാരണം മേനോൻ അവൾക്ക് പുടവ കൊടുത്ത് പുടമുറി കഴിക്കുകയാണുണ്ടായത്. പോരെ ങ്കിൽ പ്രതിബന്ധങ്ങളെ തരണം ചെയ്ത് നേടുന്നതിന്റെ 'ആ ഇത്' ഒന്ന് വേറെയാണെഡോ എന്നല്ലേ മേനോൻ പറയാറ്. നാട്ടിൽച്ചെന്ന് വിധി പോലെ കള്ളു കുടിക്കാറുള്ളതും മേനോൻ വിസ്തരിച്ചു. ബാറിലൊക്കെ പോയി കുടിക്കുന്നത് ബോറ്. ശരിയായ രസം അനുഭവിക്കണമെങ്കിൽ ഷാപ്പിൽത്തന്നെ പോണം. നമ്മൾ കുടിക്കുന്നതും കപ്പയും മീനും കഴി ക്കുന്നതും നോക്കിക്കൊണ്ട് ഷാപ്പിലെ പട്ടി കാലിൽ മണപ്പിച്ച് വാലാട്ടി നില്പുണ്ടാവും. മീൻതലയോ മീൻമുള്ളോ അവനൊന്ന് കൊടുത്തു നോക്കൂ. അത് പ്രകടിപ്പിക്കുന്ന നന്ദിയും സന്തോഷവും എന്തുതന്നെ കൊടുത്താലും ഒരു മനുഷ്യനും പ്രകടിപ്പിക്കില്ല. എന്തിന്, ഈ ദാക്ഷാ യണിക്ക് പോലും ഉണ്ടാവില്ല. മേനോൻ അങ്ങനെ പറഞ്ഞപ്പോൾ ദാക്ഷാ യണിയുടെ മുഖമൊന്ന് കാണേണ്ടതായിരുന്നു. പരിഭവത്തിന്റെ കാർമേ ഘങ്ങൾ മൂടിയ ആകാശത്തുണ്ട്.... മേനോൻ പണ്ടൊന്നും പതിവില്ലാത്ത വിധം ഗൃഹാതുരനായിരിക്കുന്നു. നാളെ ഇവിടെ എത്താമെന്ന് ഉറപ്പ് തന്നി ട്ടുണ്ട്.

പിറ്റേദിവസം.

എല്ലാവർക്കും മുമ്പേ മേനോൻ എത്തി. മറ്റുള്ളവർക്കുവേണ്ടി കാത്തി രുന്നു. അവരുടെ ചരിത്രത്തിലെ ആദ്യസംഭവം. "ഇന്ന് വെള്ളക്കാക്ക മലർന്ന് പറക്കും." എന്ന് പറഞ്ഞുകൊണ്ടാണ് പിച്ചു അയ്യർ വന്നത്. "എന്താ മേനോൻ തിരുമണം ഒക്കെ ആയി എന്ന് കേട്ടല്ലോ."

"അങ്ങനെയും ചിലത് സംഭവിച്ചു, സ്വാമീ."

"മേനോന്റെ അറിവോ സമ്മതമോ കൂടാതെയാണോ അതൊക്കെ സംഭവിച്ചത്?"

"സ്വാമീ അത് എനിക്കിട്ടുള്ളൊരു വയ്പാണല്ലോ."

"ഹേയ് അങ്ങനെ ഒന്നൂല്യ. മേനോന്റെ മറുപടി കേട്ടപ്പോ അങ്ങനെ തോന്നീന്ന് മാത്രം."

"ഞാൻ ആ അർത്ഥത്തിലല്ല പറഞ്ഞത്. നമ്മൾ മനസ്സിൽ ഒരുപാട്

സ്വപ്നങ്ങൾ കൊണ്ടുനടക്കുന്നു. ഒരുപാട് മോഹങ്ങളെ വളർത്തുന്നു. എന്തൊക്കെ നടക്കുമെന്നും എന്തൊക്കെ സഫലമാവുമെന്നും നമുക്കറിയില്ല. അത്തരം കാര്യങ്ങൾ കൊട്ടിഘോഷിക്കേണ്ടതില്ലല്ലോ."

"അതും ശരിതന്നെ..."

"കൊച്ചു കള്ളാ," പിന്നിൽക്കൂടി വന്ന കൃഷ്ണമൂർത്തി മേനോന്റെ ഇരു തോളുകളും പിടിച്ചു കുലുക്കി. "വയസ്സ് കാലത്ത് മിണ്ടീം പറഞ്ഞും ഇരിക്കാനും തൊട്ടുതടവാനും ഒരാളായല്ലോ. ഭാഗ്യവാൻ, അതിഭാഗ്യവാൻ...."

"എന്താടോ എനിക്ക് അതിനപ്പൊറൊന്നും പൂവ്വാൻ പറ്റില്ലേ?"

മേനോൻ ചൊടിച്ചു.

"അത് കാലം തെളീക്കട്ടെ."

"എന്തിനാഡോ മൂർത്തീ മേൻന്നെ വാരണത്?"

ശടഗോപനും നായരും എത്തി.

"തനിക്ക് അസൂയയാണ്."

"അസൂയയോ? എനിക്കോ? എടോ നായരോ, ഞാൻ പൊണ്ടാട്ടി കുഴെന്തകളുള്ളവൻ."

"അതോണ്ടെന്താ? മനസ്സിനിപ്പഴും ചെറുപ്പല്ലേ. അത് മരഞ്ചാടിയല്ലേ?"

"ഹേയ് ആ വക ദൗർബല്യങ്ങളൊക്കെ വിജയവാഡയിൽ വെച്ചുപേക്ഷിച്ചു."

"ഓ, അവിടെ വെച്ചായിരുന്നല്ലോ, യക്ഷിയുമായുള്ള കൂടിക്കാഴ്ച?"

"എടോ നായരേ, താനാള് വില്ലനാണല്ലോ. ആ കഥയൊന്നും മറന്നിട്ടില്ലേ?"

"നൊണ പറയുന്നോർക്കല്ലേ മറവി?"

"നിങ്ങള് സംസാരിച്ച് സമയം കളയാതെ റെഡ്ഡിയേയും മിശ്രാജിയേയും വിളിക്ക്. മേനോൻ നമുക്കുവേണ്ടി എന്തൊക്കെയോ കെട്ടിപ്പേറി കൊണ്ടുവന്നിട്ടുണ്ട്. കൊതിപ്പിക്കുന്ന മണം ഇവിടെയൊക്കെ പരക്കുന്നു. ജനം മണത്ത് വരാതിരുന്നാൽ മതി." ശടഗോപന്റെ വ്യസനത്തിൽ മറ്റെല്ലാവരും ചിരിച്ചു.

"ഈ പട്ടർക്ക് സദ്യയും മധുരവും മടുക്കുന്ന കാലമില്ല. അതിന്റെ കൂടെ ഒന്നുകൂടി ചേർക്കാനുണ്ട്." ശടഗോപൻ പറഞ്ഞു. "അത് ഞാൻ പരസ്യമായി പറയില്ല."

"മേനോൻ അക്ഷമനായി തുടങ്ങി. റെഡ്ഡിയേയും മിശ്രയേയും വിളിക്കാൻപോയ നായരെ കാണുന്നില്ല.

"ദാ നമ്മുടെ ഒക്കേഷണൽ മെമ്പർമാർ വരുന്നു."

പിച്ചു അയ്യർ അകലെ നിന്ന് വരുന്ന ബാനർജിയേയും ശ്യാമപ്രസാദിനെയും തിരിച്ചറിഞ്ഞു.

"ഈ ദുഷ്ടന്മാർ ഇതെങ്ങനെ കൃത്യമായി മനസ്സിലാക്കി?"

"ഉത്സാഹത്തള്ളലിൽ മേനോൻ തന്നെ ക്ഷണിച്ചതാണോ?"

"ഛേ... ഛേ. എനിക്ക് ഫോണില്ലെന്നും ഞാനാരേയും ഫോണിൽ

വിളിക്കാറില്ലെന്നും ആർക്കാണ് അറിഞ്ഞുകൂടാത്തത്."

"ശരിയാണ്." കൃഷ്ണമൂർത്തി പറഞ്ഞു. "മേനോൻ നേരിൽ കണ്ടും പറഞ്ഞും ഉണ്ടാക്കുന്ന ബന്ധങ്ങളിലേ വിശ്വസിക്കുന്നുള്ളൂ. സന്ദേശകാവ്യങ്ങളുടെ വഴി തികച്ചും അപരിചിതം."

അവർക്കിടയിൽ പടർന്ന ചിരി കത്തിത്തീരുമ്പോഴേക്കും നായർ പി സി ഒ യിൽനിന്ന് തിരിച്ചുവന്നു.

"രണ്ടിനേയും കിട്ടിയില്ല. എവിടെപ്പോയി എന്ന് വീട്ടുകാർക്ക് പിടിയില്ല. ഈ വയസ്സന്മാർക്ക് പുറത്ത് പോകുമ്പോ എവിടെയാ പോകുന്നതെന്ന് പറഞ്ഞാലെന്താ. ചെറുപ്പാന്നാ ഒക്കേന്റേം വിചാരം. വല്ല ലോറിയോ ബസോ വന്നിടിച്ച് ചാവുമ്പോഴേ വിവരമറിയൂ. അതറിയുന്നത് പക്ഷേ, മറ്റുള്ളവരാണെന്ന് മാത്രം."

"താൻ ചൂടാവാതിരിക്ക്. അവര് യാത്രയുടെ ഒരുക്കങ്ങളിലായിരിക്കും." ശടഗോപൻ നായരെ സമാധാനിപ്പിച്ചു.

"ശരിയാണ്. എന്റെ മനസ്സിലേക്ക് ഖാനോൽക്കറുടെ അവസാന ദിനങ്ങൾ ഇരച്ചുകയറി. അയാളും ഒരു വൈകുന്നേരം വെറുതെ നടക്കാനിറങ്ങിയതല്ലേ."

"ഓരോരുത്തർക്കും ഓരോ വിധിയല്ലേ നായരേ."

"നിങ്ങൾ വേണ്ടാത്ത കാര്യങ്ങൾ പറഞ്ഞ് മേനോന്റെ മൂഡ് നശിപ്പിക്കരുത്. നമുക്ക് പറയാൻ എത്രയോ നല്ല കാര്യങ്ങളുണ്ട് വേറെ."

പിച്ചു അയ്യർ ക്ഷമയറ്റതുപോലെ പറഞ്ഞു.

"മേനോൻസാറിന്റെ ദാമ്പത്യ ജീവിതം സുഖസമ്പൂർണ്ണമായിരിക്കട്ടെ...."

എല്ലാവരും ഒത്തുചേർന്ന് ആശംസിച്ചു. മേനോൻ പ്ലാസ്റ്റിക് കവറിൽനിന്ന് എണ്ണ കിനിയുന്ന കടലാസ് പൊതിയെടുത്തു. ആർക്കും വീതിക്കേണ്ടതായി വന്നില്ല. എല്ലാവരും നെയ്യപ്പം കവർന്നെടുത്തു. രണ്ടും മൂന്നും വീതം.

തിന്നുന്നതിനിടയ്ക്ക് ബാനർജി ചോദിച്ചു. "ഇതെന്താ സാധനം?"

"ഇതാണ് ഞങ്ങടെ നാടിന്റെ മധുരം. നെയ്യപ്പം അല്ലെങ്കിൽ ഉണ്ണിയപ്പം."

എല്ലാവരും നെയ്യപ്പത്തിന്റെ രുചിയെ പ്രശംസിച്ചപ്പോൾ മേനോൻ തെല്ലൊരഭിമാനത്തോടെ പറഞ്ഞു.

"ഇതെല്ലാം മൂപ്പത്ത്യാര് നിങ്ങൾക്ക് വേണ്ടി പ്രത്യേകം മനസ്സിരുത്തി ഉണ്ടാക്കിയതാണ്." അതിവിശേഷായിട്ടുണ്ട് ഞങ്ങൾ കുട്ടികളെപ്പോലെ ഒരുകഷണം അപ്പത്തിനുവേണ്ടി പിടിയും വലിയുമായി എന്ന് പറയണം. പിന്നെ മൂപ്പത്ത്യാര് എന്നുള്ള പ്രയോഗത്തിലെ നർമ്മവും പ്രണയവുമൊക്കെ അവസരോചിതം."

മേനോൻ ഹൃദ്യമായി ചിരിച്ചു. "ഇതോണ്ടായില്ല്യ. മധുരത്തിന്റെ കൂടെ അല്പം എരുവും വേണ്ടേ" എന്ന് പറഞ്ഞ് രണ്ടാമത്തെ പൊതിയഴിച്ചപ്പോൾ വെളിച്ചെണ്ണയിൽ മൊരിച്ച പരിപ്പുവടയുടെ മണം അവിടെ

മാകെ പരന്നു.

"പറ്റിച്ചില്ല്യേ മേൻന്നേ. ഇതിന്റെ കൂടെ ഒരുകുപ്പി മറ്റവൻ കൂടിയുണ്ടായിരുന്നെങ്കിൽ ഞങ്ങളൊക്കെ പന്തംപോലെ നിന്ന് കത്തുമായിരുന്നില്ലേ."

"ബഹുവചനമൊന്നുംവേണ്ട. ഉത്തമപുരുഷൻ ഏകവചനം മതി." പിച്ചു അയ്യർ ശുണ്ഠിയെടുത്തു. അതിലേ കടന്നുപോയ ചെറുപ്പക്കാർ കമന്റടിച്ചു.

"കിഴവന്മാർ തിന്ന് മുടിക്കുന്നല്ലോ."

"പാവങ്ങൾ വീട്ടീന്ന് വായേപ്പിടിക്കുന്നതൊന്നും കിട്ടുന്നുണ്ടാവില്ല." എല്ലാത്തിനും കാണും പ്രഷറും ഡയബറ്റിക്സും. വീട്ടുകാർക്ക് നിയന്ത്രിക്കാതിരിക്കാൻ പറ്റ്വോ?"

"വില്ലന്മാരാണ്. വീട്ടുകാരുടെ കണ്ണുതെറ്റിച്ച്.... ആർത്തിപ്പണ്ടാരങ്ങൾ."

അവർ പരസ്പരം നോക്കിയതല്ലാതെ ചെറുപ്പക്കാരോട് മറുപടിയൊന്നും പറഞ്ഞില്ല.

# ഇരുപത്തിയൊന്ന്

**ആ**ർത്തിപ്പണ്ടാരങ്ങൾ എന്ന പരിഹാസവാക്കിന് ആയിരം മുള്ളു കളുണ്ടെന്നും അതാരോ ഇപ്പോഴും തന്റെ മനസ്സിലിട്ട് വലിക്കുകയാ ണെന്നും പിച്ചു അയ്യർക്ക് തോന്നി. ഉള്ളാകെ ചോര പൊടിയുന്നു. നീറുന്നു. ഇതേ അനുഭവം മറ്റുള്ളവർക്കും ഉണ്ടാവാം. ആരും പുറത്ത് പറഞ്ഞില്ലെന്ന് മാത്രം. ഓരോരുത്തരുടേയും മുഖം കടലാസു പോലെ വിളറി വെളുത്തിരുന്നു. ആ ചെറുപ്പക്കാർ പറഞ്ഞതിലും സത്യമുണ്ടെ ന്നുള്ളത് നിഷേധിക്കാനാവില്ല. തന്റെ കാര്യംതന്നെ എടുക്കാം. വീട്ടിൽ കാര്യങ്ങൾ നടക്കുന്നത് തന്റെയോ രാശാമണിയുടെയോ ഇഷ്ടത്തിനനു സരിച്ചല്ല. മാട്ടുപ്പൊണ്ണാണ് ഇന്ദിരാഗാന്ധിയെപ്പോലെ വീട് ഭരിക്കുന്നത്. അവൾക്ക് തോന്നുന്നതേ അവിടെ നടക്കൂ. മാസം എത്ര പണം ചെലവു ചെയ്യണമെന്ന് തീരുമാനിക്കുന്നത് അവൾ. ചെലവ് ചെയ്യുന്നതും അവൾ തന്നെ. എന്ത് ഭക്ഷണം പാകം ചെയ്യണമെന്നും അതെപ്പോൾ കഴിക്കണ മെന്നും തീരുമാനിക്കുന്നതും മറ്റാരുമല്ല. വീട്ടിൽ ഒരു നോക്കുകുത്തിയായി ഇരിക്കാനാണോ ഇത്രകാലം ഉഴച്ചതെന്ന് ചിലപ്പോഴെങ്കിലും ആലോചി ക്കാറുണ്ട്. തന്റെ പാകം നോക്കാനല്ലല്ലോ അവളെ കൊണ്ടുവന്നത് എന്ന് സമാധാനിക്കാം. എങ്കിലും തനിക്കേറ്റവും ഇഷ്ടമുള്ള വത്തക്കുഴമ്പോ വെങ്കായസാമ്പാറോ മുടക്ക ദിവസമെങ്കിലും ഉണ്ടാക്കിക്കൂടെ, At least on holidays? ഇത് ഹോട്ടലൊന്നുമല്ല, ഓരോരുത്തരുടെയും രുചിക്കനു സരിച്ച് വിഭവങ്ങൾ ചമയ്ക്കാൻ. മറുപടി അറിയാവുന്നതുകൊണ്ട് മൗനം ദീക്ഷിക്കുന്നു. ശരി, വെച്ചുണ്ടാക്കാനല്ലേ ബുദ്ധിമുട്ടുള്ളൂ. വെങ്കിടിയുടെ മദ്രാസ് സ്റ്റോറിൽ കിടയ്ക്കാത്തതായി ഒന്നുമില്ലല്ലോ. കോയമ്പത്തൂർ ബട്ടർ മുതൽ കാഞ്ചീപുരം സാരി വരെ എന്തും ഏതും. കൊഞ്ചം വേപ്പി ലക്കട്ടിയോ നരസൂസ് ഊറുകയോ വാങ്ങിവെക്കുന്നത് അത്ര ചെലവുള്ള

കാര്യമാണോ. ചെയ്യില്ല. അവളുടെ ബുദ്ധിമുട്ടുകൾക്കും കഷ്ടപ്പാടുകൾക്കു മുള്ള പകപോക്കലാണ്. എന്നാൽ ഇത് സ്വയം ചെയ്തുകൂടേ എന്ന് നിങ്ങൾ ചോദിക്കുമെന്ന് പിച്ചു അയ്യർക്ക് ഉറപ്പുണ്ട്. കാരണം മദ്രാസ് സ്റ്റോറിന്റെ മുമ്പിൽ കൂടെ ദിവസത്തിൽ രണ്ടു തവണയെങ്കിലും വരവും പോക്കുമുണ്ടല്ലോ. കാര്യം ശരിതന്നെ. സമ്മതിക്കുന്നു. പക്ഷേ, അതിൽ വേറെ ചില കുഴപ്പങ്ങളുണ്ട്. മാട്ടുപൊണ്ണും പയ്യനും പൊറുക്കുന്ന വീട്ടിലെ അടുക്കളയിൽ തന്റെ സ്വകാര്യ അടുക്കള ഉണ്ടാക്കുന്നത് ശരിയല്ലല്ലോ. പിന്നെ താനെന്തെങ്കിലുമൊക്കെ വാങ്ങാൻ തുടങ്ങിയാൽ ക്രമേണ എല്ലാ വാങ്ങലുകളും തന്റെ ചുമതലയാവും. അത്രയ്ക്കങ്ങ് താന്നു കൊടുക്കാൻ പിച്ചു അയ്യർക്ക് വയ്യ. ഈ ഫ്ളാറ്റ് ഇന്നും സി എസ് പി അയ്യരുടെ പേരിൽത്തന്നെയാണ്. നെയിം പ്ലേറ്റ് മാറ്റിയിട്ടില്ല. അതോർത്താൽ കൊള്ളാം.

അഞ്ചാറുമാസം കഴിഞ്ഞപ്പോൾ വൈത്തിയും കണ്ണനും മാറിമാറി വന്ന് വിളിച്ചു. “അപ്പാ കൊഞ്ചം നാള് എന്നാത്തിലും വന്തിടുങ്കോ. നീങ്കള്ക്ക് അസൗകര്യമൊന്നും കൂടാതെ ഞങ്ങള് നോക്കിക്കൊള്ളാം.”

കണ്ണന്റേയും വൈത്തിയുടെയും ഭാര്യമാർ ഭാഗ്യത്തെപ്പോലെ ജോലിക്ക് പോകുന്നവരല്ല. അവർ എപ്പോഴും വീട്ടിലുണ്ടാവും. ഹൗസ് വൈവ്സ്. കാര്യം ശരിയാണ്. എന്നാൽ മക്കൾ ജോലിക്ക് പോയിക്കഴി ഞ്ഞാൽ മരുമക്കളോടൊപ്പം എന്താണ് മിണ്ടിയും പറഞ്ഞും ഇരിക്കുക. അത് ബോറാണ്. അവരുടെ കുട്ടികൾ ഉയർന്ന ക്ലാസുകളിലെത്തിയിരി ക്കുന്നു. സുബ്ബുഡുവിനെപ്പോലെയല്ല. അവർക്ക് പഠിക്കാനും ഗൃഹപാഠ ങ്ങൾ ചെയ്യാനും തന്നെ സൗകര്യം കുറവായിരിക്കുമ്പോൾ തീർച്ചയായും വയസ്സുകാലത്ത് താനൊരധികപ്പറ്റാവുകയേ ഉള്ളൂ. മാത്രമല്ല, കണ്ണന്റേയും വൈത്തിയുടെയും വീടുകൾ മൂന്നും നാലും മുറികളുള്ള വലിയ ഫ്ളാറ്റു കളല്ല. രണ്ടുമുറിയും ഹാളും അടുക്കളയും മാത്രമുള്ളവ. ഇവിടെ തനിക്ക് അന്ത്യകാലം സമാധാനമായി കഴിക്കാനല്ലേ അദ്ധ്വാനിച്ച് ഈ വീട് വാങ്ങി യത്. പിന്നെ എന്തിന് മക്കളെ ശല്യപ്പെടുത്തണം. മാത്രമല്ല, തന്റെ ചങ്ങാ തിമാരേയും പുൽത്തകിടിയിലെ സായാഹ്നങ്ങളേയും ഇട്ടെറിഞ്ഞ് അക ലെപ്പോകാൻ തനിക്ക് നൊസ്സുണ്ടോ. രാശാമണിക്കും ഭാഗ്യത്തിനും താനൊരു ഭാരമാണെന്ന് വരുമ്പോൾ അന്ന് ആലോചിക്കാം... പിച്ചു അയ്യരെ ഇട്ട് പന്ത് തട്ടാമെന്ന് ആരും വ്യാമോഹിക്കേണ്ട. അങ്ങനെയെ ങ്ങാൻ തനിക്ക് തോന്നിയാൽ അതിന് ശേഷമുണ്ട്...

നടരാജന്റെ സ്വഭാവം പിടിക്കാത്തതുകൊണ്ട് ഒരേ തസ്തികയിൽ ജോലി ചെയ്തവരെങ്കിലും അയാളുമായി വലിയ കൂട്ടുകെട്ടൊന്നുമുണ്ടാ യിരുന്നില്ല പിച്ചു അയ്യർക്ക്. സാധാരണ എവിടെയെങ്കിലുംവെച്ച് കണ്ടു മുട്ടിയാൽ “ഹലോ നട്ട്” എന്ന സമാചാരം എന്നോ ‘ഹലോ പിച്ചു എപ്പടി ഇരിക്ക്’ എന്നോ ഒഴുക്കൻ ലോഹ്യങ്ങൾ പ്രകടിപ്പിച്ച് കടന്നു പോകാറേ യുള്ളൂ. എന്നാൽ കഴിഞ്ഞ ദിവസം ബാലാജി മന്ദിറിന്റെ തിണ്ണയിൽ തന്നെ പിടിച്ചിരുത്തി, തോളിൽ കൈ വെച്ചുകൊണ്ട് ഒരുചോദ്യം.

"പിച്ചു, ഞാൻ ക്രൂരനാണോ? Am I cruel?"

ചോദ്യം കേട്ട് പിച്ചു അയ്യർ അന്ധാളിച്ചു. "ഏൻ നട്ട്, ഇപ്പടിയെല്ലാം കേക്ക്റ്ത്. ഉനക്ക് എന്നാച്ച്?" നടരാജൻ തെല്ലിട സംശയിച്ചു. അയാൾക്ക് എന്തെല്ലാമോ പറയണമെന്നുണ്ട്. പറയരുതെന്നുമുണ്ട്. മനസ്സിലെ സംഘർഷം പിച്ചു അയ്യർക്ക് ഊഹിക്കാവുന്നതാണ്. അതുകൊണ്ട് അയാളെ പ്രോത്സാഹിപ്പിക്കുകയോ നിരുത്സാഹപ്പെടുത്തുകയോ ചെയ്തില്ല.

"പിച്ചു, എന്റെ മോനും അവന്റെ ഭാര്യയും രണ്ട് കുട്ടികളും എന്നോടൊപ്പമാണ് താമസം. അവർ വയസ്സുകാലത്ത് എന്നെ സഹായിക്കുകയും ശുശ്രൂഷിക്കുകയുമാണെന്നാണ് ഭാവം. പല തരത്തിലും അവർക്ക് താങ്ങും തണലുമാണ് ഞാനെന്ന് വരുത്തിത്തീർക്കുന്നത് എന്റെ താല്പര്യം. താല്പര്യങ്ങളുടെ സ്വരച്ചേർച്ചയില്ലായ്മ ഇന്ന് ഞങ്ങളുടെ ജീവിതത്തിൽ അപസ്വരങ്ങൾ നിറയ്ക്കുന്നു. പിച്ചു, മാട്ടുപ്പൊണ്ണിന് അവളുടെ അച്ഛനമ്മമാരോടോ ഭർത്താവിന്റെ അച്ഛനമ്മമാരോടോ ആരോടാണ് കൂടുതൽ കടപ്പാട്? അവളുടെ അപ്പാ അമ്മയോട്. എഗ്രിഡ്. എന്നാൽ കല്യാണം കഴിഞ്ഞ് പെണ്ണിന് സ്ഥിരമായി അവളുടെ ആത്തിൽ വസിക്ക മുടിയുമാ, ശൊല്ല് പിച്ചു. ഈസിറ്റ് പോസിബിൾ? അതവരാലോചിക്കണ്ടേ. മാട്ട് പൊണ്ണ് മാത്രമല്ല എന്റെ പയ്യനും അതാലോചിക്കേണ്ടേ. അതനുസരിച്ച് വേണ്ടേ എന്നോട് പെരുമാറാൻ. റിട്ടയറായവരെല്ലാം ഒന്നിനും കൊള്ളാത്തവരാണോ ചവറ്റു കൊട്ടയിൽ എറിയേണ്ടവരാണോ?"

"അങ്ങനെ ആരെങ്കിലും നിങ്ങളോട് പറഞ്ഞോ?"

"ഇതൊക്കെ തെളിച്ച് പറയേണ്ട കാര്യമുണ്ടോ?"

"അവിടെയാണ് നമ്മുടെ കുഴപ്പം. ഔദ്യോഗിക പദവികളും അധികാരവും റിട്ടയർ ചെയ്യുന്നതോടൊപ്പം അവസാനിക്കുന്നു എന്ന യാഥാർത്ഥ്യം നമുക്ക് വല്ലാത്തൊരു കയ്പ് കഷായമാണ്. അത് കുടിക്കാനുള്ള മടികൊണ്ട് നാം ആടിപ്പതിഞ്ഞ പദങ്ങളും ചുവടുകളും മുദ്രകളും സൗകര്യമുള്ളിടത്തൊക്കെ പ്രകടിപ്പിക്കുന്നു. മൂഢസ്വർഗ്ഗത്തിൽ ജീവിക്കുന്നു. നമ്മുടെ പാർലമെന്റ് മെമ്പർമാരിൽ ചിലർ ലോകസഭാംഗത്വം നഷ്ടപ്പെട്ടാലും ഔദ്യോഗിക വസതികൾ വിട്ടുകൊടുക്കാൻ വിസമ്മതിക്കുന്നതായി പത്രത്തിൽ വായിക്കാറില്ലേ. അവരെ സംബന്ധിച്ചിടത്തോളം ആ മേൽവിലാസം വളരെ പ്രധാനപ്പെട്ടതാണ്.

നമ്മുടെ തസ്തികയിലൊക്കെ ജോലി ചെയ്തവർക്ക് വലിയ കൊമ്പൊന്നുമില്ലല്ലോ. നമ്മുടെ ചെറിയ കൊമ്പുകൾ കുലുക്കാവുന്നിടം നമ്മുടെ വീട്ടിനകം തന്നെ. അത് ചെന്ന് കൊള്ളുന്നത് നമ്മുടെ മക്കളുടെ മേലാണെന്ന കാര്യം നാം വിസ്മരിക്കുന്നു. മക്കളായാലും വേദനിച്ചാൽ വല്ലതും പറഞ്ഞെന്ന് വരും. അത് നമുക്ക് പിടിക്കില്ല. അപമാനിക്കപ്പെട്ടുവെന്നും അവഗണിക്കപ്പെട്ടുവെന്നുമൊക്കെ നമുക്ക് തോന്നുകയായി. വെറുതേ ഇരിക്കാൻ തുടങ്ങിയ അന്നുതന്നെ മനസ്സിൽ ചെകുത്താൻ നിർമ്മാണശാല തീർത്തിട്ടുണ്ട്."

"പിച്ചു നീ പെരിയ ആളുതാനേ! എല്ലാം അനലൈസ് പണ്ണി വെച്ചിരിക്ക്ത്. പ്രമാദം, ഫൺട്രാസ്റ്റിക്."

"ശൊല്ലുങ്കോ ഉങ്കളുക്ക് എന്നാ പ്രോബ്ലം?"

നടരാജൻ ആശയക്കുഴപ്പത്തിൽപ്പെട്ടവനെപ്പോലെ തെല്ലിട നിശ്ശബ്ദനായിരുന്നു. "പേഴ്സണൽ കാര്യങ്ങളൊന്നും പരസ്യമാക്കേണ്ടതില്ലാ."

"അതേപ്പറ്റി എനിക്ക് കവലയില്ലെ. പിച്ചു എനിക്കും മക്കൾക്കുമായി യോജിച്ച് പോകാൻ വിഷമം. എന്റെ സ്വഭാവം അവർക്ക് പിടിക്കുന്നില്ല. അവരുടെ പ്രവൃത്തികൾ എനിക്കും. ഇത് കണ്ടോ ഈ താക്കോൽ കൂട്ടം."

നടരാജൻ ഒരു വലിയ താക്കോൽ കൂട്ടം എടുത്ത് കിലുക്കി കാണിച്ചു. "ഇത് തന്റെ ഖജനാവിന്റെയാണോ?" പിച്ചു അയ്യർ ചിരിച്ചുകൊണ്ട് ചോദിച്ചു. "എനിക്ക് എല്ലാം ഖജനാവു തന്നെ. ഒരു മൊട്ടുസൂചി പോലും ആരും വെറുതെ തന്നിട്ടില്ല. എല്ലാം ഞാനദ്ധ്വാനിച്ചുണ്ടാക്കിയതാണ്. അത് സൂക്ഷിക്കുന്നതിൽ തെറ്റുണ്ടോ?" പിച്ചു അയ്യർ മറുപടി പറയാതെ വെറുതെ നടരാജന്റെ മുഖത്ത് നോക്കിയിരുന്നു. "തനിക്കറ്യോ ഞാൻ എന്റെ വീട്ടു സാമഗ്രികൾ എങ്ങനെയാണ് വാങ്ങിക്കൂട്ടിയതെന്ന്?" പിച്ചു അയ്യർ അജ്ഞത നടിച്ചു.

"ഞാൻ പറയാം. ഒക്കെ ബാങ്ക് ലോണും ഇൻസ്റ്റാൾമെന്റും വഴി. കോഴ വാങ്ങിയതല്ല. ദാനം കിട്ടിയതുമല്ല. അതുകൊണ്ട് ഈ താക്കോലുകളൊക്കെ ഞാൻ സൂക്ഷിക്കുന്നു." നടരാജൻ താക്കോലുകൾ ഓരോന്നായി എടുത്ത് കാണിച്ചു, "ഇത് വീടിന്റെ, ഇത് അലമാരിയുടെ, ഇത് ഫ്രിഡ്ജിന്റെ, ഇത് ടെലിഫോണിന്റെ..."

"മതി. മതി. എനിക്ക് തന്റെ രോഗം പിടികിട്ടി. താക്കോൽ നിയന്ത്രണത്തിന്റെയും അധികാരത്തിന്റെയും ചിഹ്നമാണ്. തനിക്കത് കൈയാളാതെ ജീവിക്കാനാവില്ല. എന്നാലും നട്ട്, ഇത് ക്രൂരത തന്നെയാണ്. നിങ്ങൾ എല്ലാം പൂട്ടി താക്കോലുംകൊണ്ട് നടന്നാൽ വീട്ടിലുള്ളവരെന്ത് ചെയ്യും. അവർ തനിക്ക് വിഷം തന്നോ കഴുത്ത് ഞെക്കിയോ കൊല്ലാത്തത് അവരുടെ സദ്ഗുണംകൊണ്ട്. പക്ഷേ, സഹിക്കുന്നതിനും ഒരതിരുണ്ടെന്ന് ഓർക്കണം. സത്യം പറഞ്ഞാൽ ചിലപ്പോൾ എനിക്ക് തോന്നാറുണ്ട്. വയസ്സന്മാരൊക്കെ അസത്തുക്കളാണെന്ന്. അവർക്ക് പ്രായമാവുന്നതും അവശതകളനുഭപ്പെടുന്നതും രഹസ്യമായി വെക്കാനാണ് താല്പര്യം. അവർ ഇപ്പോഴും പുലിവീരന്മാരാണെന്നും അവരുടെ ആജ്ഞകൾ അനുസരിക്കേണ്ടത് മക്കളുടെ നീക്കു പോക്കില്ലാത്ത കടമയാണെന്നും വൃദ്ധന്മാർ കരുതുന്നു. ഇതിൽ ഞാനും പെടും കേട്ടോ. എന്റെ ചില സ്വഭാവങ്ങൾ എനിക്ക് തന്നെ പിടിക്കുന്നില്ല. പിന്നെയുണ്ടോ മക്കൾക്കിഷ്ടമാവുന്നു. പ്രായം ചെന്ന അച്ഛനമ്മമാരെ മക്കൾ നോക്കുന്നില്ലെന്നും അവരെ വൃദ്ധസദനത്തിലേക്ക് അയക്കുന്നു എന്നുള്ളതും പരക്കെ കേൾക്കുന്ന പരാതിയാണ്. എന്നാൽ നമ്മൾ എപ്പോഴെങ്കിലും നമ്മുടെ മക്കളുടെ ഭാഗത്തുനിന്ന് കാര്യങ്ങൾ നോക്കിക്കാണാൻ ശ്രമിക്കാറുണ്ടോ. മക്കളെ കുറ്റം പറഞ്ഞ് മറ്റുള്ളവരുടെ സിമ്പതി നേടാനാണ്

മിക്ക വൃദ്ധന്മാരുടെയും ശ്രമം. നമ്മുടെ ചെറുപ്പകാലത്ത് പെണ്ണും കെട്ടി ബോംബേക്കോ, ഡൽഹിക്കോ കല്ക്കത്തയ്ക്കോ വണ്ടി കയറിയത് മറ്റാരുടേയും ഇടപെടലില്ലാതെ സുഖിക്കാനല്ലേ. മോണിഹ് ഷോ, മാറ്റിനി, ഈവനിങ് ഷോ ഒക്കെ നമ്മുടെ ഇഷ്ടപ്രകാരം. അന്ന് നമുക്കും ഉണ്ടായിരുന്നല്ലോ അച്ഛനമ്മമാര്. അവരെ കൂടെ കൊണ്ടുവന്ന് താമസിപ്പിക്കാമെന്ന് നമ്മൾ കരുതിയോ. ഇല്ലല്ലോ. അതുകൊണ്ട് ആ വകയൊന്നും നമ്മുടെ മക്കളിൽനിന്നും പ്രതീക്ഷിക്കാതിരിക്കുന്നതാണ് ഉത്തമം."

"താങ്ക് യു പിച്ചു. നിങ്ങൾ എന്റെ മനസ്സിനെ കഴുകി വെളുപ്പിച്ചു. കറ മുഴുവൻ പോയി എന്ന് ഞാൻ പറയുന്നില്ല. എന്നാലും ഞാൻ ഇന്നു തന്നെ ഈ താക്കോൽ കൂട്ടം മാട്ടുപ്പൊണിന് കൈമാറും."

നടരാജൻ നടന്നകലുന്നതും നോക്കി പിച്ചു അയ്യർ ദീർഘമായൊന്ന് നിശ്വസിച്ചു. "അവനും പൈത്യം. എനക്കും പൈത്യം... ലോകത്തിനാകെ മുഴുഭ്രാന്ത്..."

# ഇരുപത്തിരണ്ട്

**ശ്യാ**മപ്രസാദിന് അയാളുടെ വാർദ്ധക്യമോ ബൈപാസ് സർജ്ജറി കഴിഞ്ഞ ഹൃദയമോ അല്ല പ്രശ്നം. മൾട്ടി നാഷണൽ കമ്പനിയിൽ ഭാരിച്ച ശമ്പളം വാങ്ങുന്ന മകന്റെവീട്ടിൽ സുഖങ്ങളെല്ലാം വിളിപ്പുറത്തുണ്ട്. ഒന്നിനും ഒരു കുറവുമില്ല. ഇരുപത്തിനാലു മണിക്കൂറും ശുശ്രൂഷിക്കാൻ വാടകയ്ക്കെടുത്ത നഴ്സ്. ഡയറ്റീഷ്യന്റെ ഉപദേശപ്രകാരം ചാർട്ട് അനുസരിച്ച് തയ്യാറാക്കുന്ന കലോറി കുറഞ്ഞ ഭക്ഷണം. പാലും പഴവർഗ്ഗങ്ങളും വേണ്ട തോതിൽ. ഒന്ന് തുമ്മിയാൽ, മൂക്ക് വിയർത്താൽ ഡോക്ടർ ദയാലുവിന്റെ ചുവന്ന ഹോണ്ടാ സിറ്റി പുറത്ത് പാർക്ക് ചെയ്തിട്ടുണ്ടാവും. ഇതിൽ കൂടുതൽ അച്ഛന്റെ കാര്യങ്ങൾ നോക്കാൻ ഒരു മകനെക്കൊണ്ടാവുമോ. ഭാര്യക്കും ഭർത്താവിനും യാത്രകളും കോൺഫറൻസുകളും കഴിഞ്ഞിട്ട് ജീവിക്കാൻ നേരമില്ല. വിവാഹം കഴിഞ്ഞ് ആറുവർഷമായിട്ടും കുട്ടികളില്ല. കുട്ടിയുണ്ടായാൽ നോക്കാൻ നേരമെവിടെ. കരിയറിനേക്കാൾ വലുതല്ല കുട്ടികൾ. അവരുടെ കരിയർ ഗ്രാഫ് മുകളിലേക്ക് കുതിച്ചു കയറുന്നു. ഉയർച്ചയുടെ കോണിപ്പടികൾ കയറി മുകളിൽനിന്ന് കീഴ്പ്പോട്ട് നോക്കുമ്പോൾ അവർ കാണുന്നതെന്തായിരിക്കും. അതൊന്നും പറഞ്ഞാൽ തലയിൽ കേറുന്ന പ്രായമല്ല അവർക്ക്. ശ്യാമപ്രസാദ് അതൊന്നും ഓർത്ത് ദുഃഖിക്കുന്ന കൂട്ടത്തിലുമല്ല. അയാളുടെ ഇപ്പോഴത്തെ ദുഃഖം നേരെ മുകളിൽ താമസിക്കുന്ന എസ് കെ റാവുവിന്റെ അമ്മയാണ്. എഴുപത് കഴിഞ്ഞ സ്ത്രീ. റാവു ശ്യാമപ്രസാദിന്റെ മകനെപ്പോലെ കോർപ്പറേറ്റ് വൃത്തങ്ങളിൽ അഭിജ്ഞാതൻ. പുതിയ നക്ഷത്രത്തിളക്കം. പകുതി സമയം ആകാശത്തും പകുതി സമയം ഭൂമിയിലുമായി കഴിയുന്നവൻ. അമ്മയുടെ ആരോഗ്യസ്ഥിതിയന്വേഷിക്കാനോ, സ്നേഹാർദ്ര നിമിഷങ്ങൾ പങ്കുവെക്കാനോ, അമ്മയുടെ കൂടെ ആണ്ടറു

തികൾ ചെലവിടാനോ സമയം ലഭിക്കാറില്ല. തന്റെ ഉത്തരവാദിത്വങ്ങളെക്കുറിച്ചോ, തിരക്കുപിടിച്ച ദിനചര്യകളെക്കുറിച്ചോ, ലക്ഷ്യങ്ങളെക്കുറിച്ചോ വിശദീകരിച്ചിട്ട് കാര്യമില്ല. അമ്മയ്ക്ക് മനസ്സിലാവില്ല. അമ്മയെ പരിപാലിക്കാനും അമ്മയ്ക്ക് കൂട്ടിരിക്കാനും വേണ്ടി അവർ തന്നെ കണ്ടുപിടിച്ച പുത്രവധു അവരുടെ ബദ്ധശത്രുവായിരിക്കുന്നു. ഓരോ കലഹത്തിനും ശേഷം അമ്മയുടെ സങ്കടം പറച്ചിൽ ശ്യാമപ്രസാദിനോടാണ്. ആരംഭത്തിൽ ഒന്നുരണ്ടുതവണ മുകളിൽ ചെന്ന് മദ്ധ്യസ്ഥത പറയാനും വഴക്കുകൾ പറഞ്ഞ് തീർക്കാനും ശ്രമിച്ചു. എങ്ങനെയോ അത് മകനറിഞ്ഞപ്പോൾ അവൻ പറഞ്ഞു. “അച്ഛൻ മറ്റുള്ളവരുടെ കാര്യങ്ങളിൽ ഇടപെടേണ്ട.” ശരി ഇടപെടുന്നില്ല. മകന്റെ നിരോധനാജ്ഞ അച്ഛൻ ലംഘിച്ചുകൂടാ. തന്നെ സംബന്ധിക്കുന്നതെല്ലാം ഇപ്പോൾ കിഴുക്കാംതൂക്കായി കിടക്കുകയാണല്ലോ. “ഇത് തന്നെ മാത്രം സംബന്ധിക്കുന്ന പ്രശ്നമല്ലെടോ ശ്യാമാ.” പിച്ചു അയ്യർ പറഞ്ഞു. “വയസ്സാകുമ്പോൾ നമുക്കെല്ലാം തല തിരിഞ്ഞതായി തോന്നും. നമ്മൾ വടിയെടുത്തും ശാസിച്ചും അനുസരണശീലം പഠിപ്പിച്ച മക്കൾ അവർ പറയുന്നത് നമ്മളെക്കൊണ്ട് വടിയില്ലാതെ തന്നെ അനുസരിപ്പിക്കും. ഒക്കെ ഒരു ചക്രം തിരിച്ചിലാണെടോ ആട്ടെ. തന്റെ തള്ളേടെ കാര്യം പറയ്വാ.”

“പിച്ചു. താനെന്താ പറേന്നെ. എന്റെ തള്ള്യോ?”

പിച്ചു അയ്യർ ഉറക്കെ ചിരിച്ചു. “ഐ മീൻ യുവർ നൈബർ.” തള്ളയുടെ മകൻ ഏതോ ഡെലിഗേഷനിൽ വിദേശരാജ്യങ്ങൾ സന്ദർശിക്കാൻ പോയിരിക്കയാണ്. ആറു മാസം കഴിഞ്ഞേ വരൂ. മരുമകൾ ഈ സന്ദർഭം ശരിക്കും ഉപയോഗപ്പെടുത്തുന്നു. സാമദാന ഭേദ ദണ്ഡങ്ങൾ. രണ്ടുദിവസംമുമ്പ് ഒന്നും കൊടുക്കാതെ അതിനെ മുറിയിലിട്ട് പൂട്ടി. തള്ള അയൽപക്കങ്ങളിൽ അവളെക്കുറിച്ച് ദുഷ്പ്രചരണം നടത്തുന്നു എന്ന ആരോപണം. തള്ള മുറിയിൽക്കിടന്ന് കരയുന്നത് എനിക്ക് കേൾക്കാമായിരുന്നെ. മുകളിൽ ചെന്ന് വാതിൽ ചവിട്ടിപ്പൊളിക്കാൻ എനിക്ക് തോന്നായ്കയല്ല. എന്നാൽ എനിക്കും തള്ളയ്ക്കും തമ്മിൽ അവിഹിതബന്ധമുണ്ടെന്ന് ആ തല തെറിച്ച പെണ്ണ് അറ്റകൈക്ക് പറഞ്ഞാൽ ഞാൻ നാറിയില്ലേ. അതുകൊണ്ട് വാതിൽ തുറന്നുവിടുന്നതു വരെ തള്ള ചിണുങ്ങി കരയുന്നത് കേട്ടിരുന്നു. എന്തിന് നീട്ടുന്നു ഇന്നലത്തെ യുദ്ധം രക്തച്ചൊരിച്ചിലിലെത്തി. മരുമകൾ തുണി അടിച്ചലയ്ക്കുന്ന മരത്തടികൊണ്ട് തള്ളയുടെ തലയ്ക്കടിച്ചു. പൊട്ടി ചോര വന്നപ്പോൾ അവൾ തള്ളയെ പുറത്താക്കി വാതിലടച്ചു. തള്ള വേദനകൊണ്ടും നിസ്സഹായത കൊണ്ടും ഉറക്കെ നിലവിളിച്ചു. ഒരുപക്ഷേ, ആളെ കൂട്ടാൻ വേണ്ടിയാവാം ശബ്ദത്തിൽ കരഞ്ഞത്. എന്നാൽ മാന്യന്മാരും ഉയർന്ന ഉദ്യോഗസ്ഥന്മാരും അവരുടെ ഭാര്യമാരും താമസിക്കുന്ന അപ്പാർട്ടുമെന്റുകളിൽനിന്ന് ഒരു തല പോലും പുറത്തേക്ക് നീണ്ടില്ല. സെക്യൂരിറ്റി ഗാർഡുകളിൽനിന്ന് ഒരാൾ മാത്രം അയാളുടെ ജോലിയുടെ ഭാഗമായതുകൊണ്ട് വിവരം തിരക്കി വന്നു. പൊതുവെ മറ്റുള്ളവരുടെ കാര്യങ്ങളിൽ ഇടപെടാൻ വിമുഖരാ

ണെല്ലാവരും. ലിഫ്റ്റിൽ കയറിയാൽ ആരാദ്യം ചിരിക്കണം, ആരാദ്യം അഭിവാദനം ചെയ്യണം എന്നൊക്കെ ആശയക്കുഴപ്പമുള്ളവർ. ഏറ്റവും നിഗൂഢമായും സുരക്ഷിതമായും കാത്ത് സൂക്ഷിക്കുന്നത് അവരുടെ സ്വകാര്യതയാണ്.

അതിലഴുക്കുണ്ടെങ്കിലും പരസ്യമായി കഴുകാനും വെയിലത്തിട്ടു ണക്കാനും ആരും സന്നദ്ധരല്ല. മിസ്റ്റർ റാവുവിന്റെ അമ്മയെ മിസിസ്സ് റാവു ഇൽട്രീറ്റ് ചെയ്യുന്ന കാര്യം ആരെങ്കിലും വെളിപ്പെടുത്തിയാൽ നാളെ അയാളുടെ ഏതെങ്കിലും ഭീമരഹസ്യം പുറത്തു ചാടും. അത് ഇതിനേ ക്കാളൊക്കെ ചീഞ്ഞു നാറുന്നതും ദൂരദേശങ്ങളിലേക്ക് ദുർഗ്ഗന്ധം വ്യാപി പ്പിക്കുന്നതും ആയിക്കൂടെന്നില്ല. ആരേയും കാണാതായപ്പോൾ ഞാൻ മകന്റെ നിരോധനാജ്ഞ ലംഘിക്കാൻ തീരുമാനിച്ചു. അവരെ വിളിച്ചു കൊണ്ട് വന്ന് എന്റെ വീട്ടിലിരുത്തുന്നത് കൂടുതൽ അനിഷ്ട സംഭവ ങ്ങൾക്കും അപവാദങ്ങൾക്കും ഇടയാക്കുമെന്നത് എന്റെ ആവലാതിയായി. സെക്യൂരിറ്റി ഗാർഡിന്റെ സഹായത്തോടെ ഏതെങ്കിലും വൃദ്ധസദന ത്തിലോ അഗതിമന്ദിരത്തിലോ എത്തിക്കുക മാത്രമായിരുന്നു പോംവഴി. ആദ്യം ഡോക്ടറുടെ അടുത്തു പോയി മുറിവ് തുന്നിക്കെട്ടി. തള്ള ഡോക്ട റോട് സത്യം പറയാൻ തുനിഞ്ഞപ്പോൾ ഞാൻ കണ്ണുരുട്ടി. കാൽ വഴുതി വീണതാണെന്ന് കള്ളം പറയിച്ചു. നോക്കു പിച്ചു, നാം എത്ര നിസ്സഹാ യരും ഭീരുക്കളും നിർഗ്ഗുണവാന്മാരുമാണെന്ന്." "തനിക്ക് സത്യം പറ യാമായിരുന്നില്ലേ." പിച്ചു അയ്യർ ചോദിച്ചു. "വാസ്തവത്തിൽ ഇന്ത്യൻ ശിക്ഷാ നിയമപ്രകാരം നിങ്ങളും ശിക്ഷാർഹനാണ്. Willful supression of facts."

"ഞാൻ സത്യം പറഞ്ഞാൽ വകുപ്പ് മാറില്ലേ. സ്ത്രീപീഡനം? അതോ പുരുഷൻ പീഡിപ്പിച്ചാൽ മാത്രമേ പീഡനമാകൂ എന്നുണ്ടോ? ഇത് ചിരപുരാതനമായ അമ്മായ്യേമ്മപ്പോര് എന്ന കൂട്ടുകുടുംബ സംസ്കാ രത്തിന്റെ ഇനിയും നാമാവശേഷമാകാത്ത ഗുണങ്ങളിലൊന്നായി വ്യാഖ്യാ നിക്കപ്പെടുമോ. ഏതായാലും ഞാനപ്പോൾ ന്യായാന്യായങ്ങളെപ്പറ്റി യൊന്നും ചിന്തിച്ചില്ല. എങ്ങനെയെങ്കിലും അവരെ സുരക്ഷിതമായൊരി ടത്ത് എത്തിച്ച് തടി ശുദ്ധമാക്കണമെന്ന ഒറ്റ വിചാരമേ എനിക്കുണ്ടായി രുന്നുള്ളൂ. വൃദ്ധകൾക്ക് വേണ്ടി മാത്രമായി നടത്തുന്ന ശരണാലയത്തിൽ അവരെക്കൊണ്ടേല്പിച്ച് ഞങ്ങൾ, ഞാനും സെക്യൂരിറ്റിഗാർഡും തിരിച്ച് വീട്ടിലെത്തുമ്പോൾ പാതിരാത്രി കഴിഞ്ഞിരുന്നു. പിന്നെ കിടന്നിട്ടുറക്കം വന്നില്ല. വാർദ്ധക്യം മറ്റുള്ളവർക്ക് മാത്രമല്ല. അവനവനും കൂടി വേണ്ടാത്ത ഒരവസ്ഥയാണെന്ന് ഞാൻ ഖേദത്തോടെ മനസ്സിലാക്കി."

# ഇരുപത്തി മൂന്ന്

സായാഹ്ന സമാഗമങ്ങൾ ഇല്ലാതായി എന്നുതന്നെ പറയാം. ഒരിക്കലും കോറം തികയാറില്ല. ആരെങ്കിലും രണ്ടു മൂന്നുപേർ വന്നെങ്കിലായി. എങ്കിലും പിച്ചു അയ്യർ പതിവ് മുടക്കിയില്ല. പുല്ലിന്റെ നനവും മൃദുത്വവും അനുരാഗസ്പർശം പോലെ അയ്യർ അനുഭവിച്ചു. അതിനാൽ മറ്റുള്ളവരുടെ അഭാവം വിസ്മരിച്ചുകൊണ്ട് ഒരു രഹസ്യബന്ധത്തിലേക്കെന്നപോലെ ദിവസവും പുറത്തിറങ്ങി. ചിലപ്പോൾ കൃഷ്ണമൂർത്തി, അല്ലെങ്കിൽ ശടഗോപൻ, ചിലപ്പോൾ ശ്യാമപ്രസാദ്, അപൂർവ്വമായി മേനോൻ. നായർ മാത്രം പിച്ചു അയ്യരെപ്പോലെ ഏതാണ്ട് എല്ലാ ദിവസവും വന്നു.

വൈകുന്നേരമായാൽ എനിക്ക് വീട്ടിലിരിക്കാൻ പറ്റില്ല. തല തരിക്കും. പിള്ളേരുമായി കശപിശ കൂടും. പുറത്തുവന്ന് കാറ്റുകൊണ്ടാൽ തല തണുക്കും. പിന്നെ പോകും. വഴിക്ക് കൈയിലുള്ള കാശിന്റെ തരംപോലെ എന്തെങ്കിലുമൊന്ന് മണപ്പിച്ച് പോയാൽ അത്താഴം കഴിച്ച് കിടക്കുകയേ വേണ്ടൂ. കരടും പൊടിയുമില്ലാത്ത ഉറക്കം. ഇപ്പോൾ നായർക്ക് കാലത്തും അല്പം സേവിക്കണമെന്നായിട്ടുണ്ട്. അല്ലെങ്കിൽ കൈകാലുകൾ വിറയ്ക്കുന്നു. ആകെക്കൂടി ഒരു ബാലൻസില്ലായ്മ. മക്കൾ എന്തൊക്കെയോ പിറുപിറുക്കുകയും ഗൂഢാലോചനകൾ നടത്തുകയും ചെയ്യുന്നുണ്ട്. ഇനി അവരല്ല, ദേവേന്ദ്രന്റെ അച്ഛൻ മുത്തുപ്പട്ടര് വിചാരിച്ചാലും നായരുടെ ഒരു രോമം പറിക്കാനാവില്ല. ജീവിച്ചിടത്തോളം കാലം ഇനി നമുക്ക് ജീവിതമില്ല. ഉവ്വോ സ്വാമീ. ഉള്ളകാലം ചെറുപ്പക്കാര് പറയുന്നത് പോലെ അടിച്ച് പൊളിച്ച് ജീവിക്ക്വാ. "ഞാൻ പറേണത് തെറ്റാണെങ്കി തിരുത്തണം." നായർ ഒന്ന് നിർത്തി പിച്ചു അയ്യരുടെ മുഖത്ത് നോക്കി. പിച്ചു അയ്യർ ഭാവഭേദമൊന്നും കാണിച്ചില്ല, ഒരഭിപ്രായവും പറഞ്ഞില്ല. പകരം ഒരു

ചോദ്യം ചോദിക്കുകയാണുണ്ടായത്. "കൃഷ്ണമൂർത്ത്യേ കണ്ടിട്ട് കൊറേ ദിവസായല്ലോ. ആൾ സ്ഥലത്തില്ലേ?"

"ഉവ്വുവ്വ്. ഇവിടെത്തന്നെയുണ്ട്. മോളെ കല്യാണം നടത്താൻ തല കുത്തി മറ്യാണ്. ഞാനോ നീയോ എന്നപോലെ രണ്ട് പെൺമക്കളല്ലേ. ഒന്നിന്റെ കഴിഞ്ഞാൽ ഉടനെ ശ്രമിക്കണം മറ്റതിനും. കൃഷ്ണമൂർത്തി യാണെങ്കിൽ ഗോത്രവും ഗണവും നക്ഷത്രവും ജാതകവുമൊക്കെ കടു കട്ടിയായി നോക്കുന്ന ആൾ. ഇക്കാലത്ത് ചില വിട്ടുവീഴ്ചകൾക്കൊക്കെ തയ്യാറായേ പറ്റൂ. എന്നാൽ അയാൾ വഴങ്ങുമെന്ന് തോന്നുന്നില്ല."

"കൃഷ്ണമൂർത്തിയുടെ കാര്യമോർക്കുമ്പോൾ എന്നോട് ആരോ പറ ഞ്ഞത് ശരിയാണെന്ന് തോന്നുന്നു." പിച്ചു അയ്യർ പറഞ്ഞു. "ഒരാൾ ജോലിയിൽനിന്ന് വിരമിക്കുന്നതിന്മുമ്പ് അയാളുടെ കുടുംബ പ്രാരാബ്ധ ങ്ങളൊക്കെ ഒതുക്കിയിരിക്കണം. അല്ലെങ്കിൽ അയാളുടെ പ്ലാനിങ് ശരി യായിട്ടില്ല എന്നാണർത്ഥം."

"കാര്യം ശരിയാണ്. പക്ഷേ, അതിന് ഒരു മറുവശവുമില്ലേ സ്വാമീ? പ്രാരാബ്ധങ്ങളൊഴിഞ്ഞാൽ പിന്നെ ജീവിതമുണ്ടോ? മക്കളെ അവർക്ക് നിയോഗിക്കപ്പെട്ട കള്ളികളിലെത്തിച്ച് കഴിയുമ്പോഴേക്കും അവരുടെ മക്ക ളുടെ വരവായി. പേരക്കുട്ടികളോട് മുത്തച്ഛന്മാർക്കും മുത്തശ്ശിമാർക്കും സ്നേഹം കൂടുതലാണ്. ജീവിത വൈഷമ്യങ്ങൾക്കിടയിൽ സ്വന്തം മക്കൾക്ക് നല്കാൻ കഴിയാതെപോയ വാത്സല്യവും ലാളനയും പേര ക്കുട്ടികൾക്ക് നല്കി അവർ കൃതാർത്ഥരാവുന്നു. വയസ്സുകാലത്ത് അവ രുമായി സമ്പർക്കം പുലർത്താനും അവരോടൊപ്പം സമയം ചെലവഴി ക്കാനും ആ കുട്ടികളേ കാണൂ."

ഇപ്പോൾ നമ്മൾ ഏറെ വ്യഥിതരാവുന്നതും ഉൽക്കണ്഻ാകുലരാവു ന്നതും നമ്മുടെ കൊച്ചുമക്കളെ ഓർത്താണ്. അവരുടെ നിസ്സാരമായ അസുഖങ്ങൾ പോലും നമ്മുടെ താളക്രമങ്ങൾ തെറ്റിക്കുന്നു. ബാല്യവും വാർദ്ധക്യവും പരസ്പരപൂരകങ്ങളാവുന്നു. അത്തരം ചിന്തകളുടെ കട ന്നൽക്കുത്തേല്ക്കുന്നതു കൊണ്ടാവാം കൃഷ്ണമൂർത്തി ആകെ വറീഡ് ആണ്. പണ്ടത്തെ ബഡായികളൊന്നുമില്ല. പുരാവൃത്തങ്ങളില്ല. രാജമു ന്ദ്രിയിലേയും വിജയവാഡയിലെയും സാഹസിക കഥകളില്ല. മനസ്സിൽ നവഗൃഹങ്ങളുടെ കള്ളികളും ജാതകപ്പൊരുത്തങ്ങളും ഗോത്രസ്മൃതി കളും കൂടിക്കുഴയുകയാവാം. കണ്ടിട്ട് ഏറെ നാളായി. ഒരു വിവരവുമില്ല. ഫോൺ ചെയ്താൽ കിട്ടുന്ന മറുപടി എന്നും ഒന്നുതന്നെ. "അപ്പ വെളി യില് പോയിരിക്കാർ. എങ്കേന്ന് തെരിയില്ലൈ."

"അമ്മ എന്നാ പണ്ണറായ്" എന്ന് ചോദിച്ചാൽ അവരും കൂടെ പോയി രിക്കുന്നു എന്ന് മറുപടി. തീർച്ചയായും ഏതെങ്കിലും വാദ്ധ്യാരുടെയോ ജ്യോത്സ്യന്റെയോ അടുത്താവും. "യാരെപ്പത്തി പേശറ്ത്?" എന്ന് ചോദിച്ചു കൊണ്ട് ശരഗോപൻ പ്രവേശിച്ചു. "നമ്മുടെ കൃഷ്ണമൂർത്തിയെപ്പറ്റി തന്നെ. പുള്ളീടെ അഡ്രസില്ലല്ലോ."

"എവിടെപ്പൂവാനാന്ന്. ദ്വീപുകളുടെ ഈ നഗരത്തിൽ അയാൾ മറ്റൊരു

ദ്വീപായി മാറിയിരിക്കുന്നു. പെൺകുട്ടികളുടെ ജീവിതം ദുസ്സഹമാക്കുന്നത് ഇവരെപ്പോലെയുള്ള അച്ഛനമ്മമാരാണ്. അച്ഛനമ്മമാരുടെ ടെൻഷനും ആവലാതികളും വീർപ്പുമുട്ടലുമൊക്കെ കാണുമ്പോൾ ആ കുട്ടികൾക്ക് അവരെക്കുറിച്ച് അധമബോധമാണുണ്ടാവുക. അവരുടെ ജന്മങ്ങളാണല്ലോ അച്ഛനമ്മമാരുടെ തലയ്ക്ക് മുകളിൽ തൂങ്ങുന്ന വാൾമുനകൾ എന്ന ബോധം ആ കുട്ടികളുടെ യുവത്വത്തിന്റെ ചോരയും നീരും പിഴിഞ്ഞ് കളയുന്നു. ഞാൻ ആദ്യം കാണാറുള്ളപ്പോൾ എന്ത് മിടുക്കും ചൊടിയുമായിരുന്നെന്നോ ആ കുട്ടികൾക്ക്. ഇപ്പൊ അവരെ കണ്ടാ കഷ്ടം തോന്നും. ആ ഇഡിയറ്റ് കൃഷ്ണമൂർത്തിയെ കണ്ടാൽ ഞാൻ പുളിച്ച നാല് തെറി പറയുന്നുണ്ട്."

ശടഗോപൻ പറഞ്ഞു നിർത്തിയപ്പോൾ നായർ ചോദിച്ചു. "നിങ്ങൾ ഇവിടേള്ള ചെലരെ ശ്രദ്ധിച്ചിട്ടുണ്ടോ, നമ്മളെക്കാൾ ഏറെ കഷ്ടമാണ്. ആണും പെണ്ണുമെന്നുള്ള വിവേചനം ജനിച്ചു വീഴുന്ന നിമിഷം മുതൽ തുടങ്ങുന്നു. ആൺ കുട്ടിയാണെങ്കിൽ അത് മധുരപലാഹരങ്ങളോടെ ഉച്ചൈസ്തരം ഉദ്ഘോഷിക്കുന്നു. പെൺകുട്ടിയാണ് ജനിച്ചതെങ്കിൽ ഭയങ്കരമായ വിപത്ത് വന്നതുപോലെ എല്ലാവരും മൗനമാചരിക്കുന്നു. ആൺകുട്ടിയുടെ പിറന്നാൾ ആഘോഷമാണ്. പെൺകുട്ടിയുടെ പിറന്നാൾ ആഘോഷിക്കാറേയില്ല. അത് ഒരു ദുഃഖസ്മൃതിയാണ്. ആൺകുട്ടിക്ക് പോഷകാഹാരങ്ങൾ നല്കുമ്പോൾ പെൺകുട്ടിക്ക് കഞ്ഞിയും വെള്ളവുമാണ് ലഭിക്കുക. ഇതൊക്കെ ഇപ്പോഴും നടക്കുന്നുണ്ടോ എന്ന് ചോദിച്ചാൽ ഇതിലും ഹീനകൃത്യങ്ങളാണ് നടക്കുന്നതെന്നും ഉത്തരം. അടുത്ത കാലത്ത് ഡൽഹിയിലെ ഉപരിവർഗ്ഗത്തിലെ ചില പെൺകുട്ടികൾ അവരുടെ വർത്തമാന ദുരന്തങ്ങളെക്കുറിച്ച് ഒരു മാസികയിൽ എഴുതിയിരുന്നു. മാനസിക പീഡനങ്ങൾ മാത്രമല്ല, ശാരീരിക പീഡനങ്ങളും വ്യാപകമായി നടക്കുന്നുണ്ട്. കുടുംബനാഥന്മാർ രാഷ്ട്രീയ സാമൂഹിക രംഗത്തെ കൊമ്പന്മാരാവുമ്പോൾ കഥകൾ പുറത്ത് വരുന്നില്ല. പെൺകുട്ടികൾ ആത്മഹത്യ ചെയ്യുകയോ കൊല്ലപ്പെടുകയോ ചെയ്യുമ്പോഴാണ് നമ്മെ അമ്പരപ്പിക്കുന്ന പലതും മറനീക്കി പുറത്തുവരുന്നത്. മറ നീക്കലിന്റെ കാര്യം പറഞ്ഞപ്പോഴാണ്..." ശടഗോപൻ എന്തോ പറയാനുള്ള ഒരുക്കത്തിൽ ഇടയിറക്കി തൊണ്ട ശരിപ്പെടുത്തി. "നിങ്ങളാരെങ്കിലും അസാധാരണമായ ഒരു ടെലഫോൺ ബില്ലിന്റെ വാർത്ത വന്നത് വായിക്കേണ്ട്യായോ?"

"ആവോ ഇപ്പൊ ഓർമ്മ വരുന്നില്ല. താൻ കാര്യം പറയ്വാ," പിച്ചു അയ്യർ പറഞ്ഞു. "നമ്മടെ്യാക്കെ വീടുകളില് സാധാരണ ടെലഫോൺ ബില്ല് എത്രയാവും?"

"ഇപ്പോ എണ്ണൂറും ആയിരവുമൊക്കെയാവുന്നുണ്ട്."

"ശരി. രണ്ടായിരം വെച്ചോളൂ. പക്ഷേ, നാല്പതിനായിരോം അമ്പതിനായിരോം ആവാണെങ്കിലോ എന്തോ കുഴപ്പംണ്ടെന്ന് തീർച്ച്യേല്ല?"

"ആരടെ വീട്ടിലെ കര്യാ താൻ പറേണത്?" പിച്ചു അയ്യരും നായരും ക്ഷമ കെട്ടതുപോലെ ചോദിച്ചു.

"നമ്മടെ ബാനർജീടെ."

"എന്നിട്ട് അവര് ആ ബില്ല് അടച്ചു?"

"ഇല്ല്യ. കംപ്ലേന്റായി. അന്വേഷണായി. അപ്പൊ കള്ളി വെളിച്ചത്തായി." മകനും മരുമകളും ഓഫീസിലും കുട്ടികൾ സ്കൂളിലും പോയിക്കഴിഞ്ഞാൽ പിന്നെ ബാനർജി ഒറ്റയ്ക്കല്ലേ. സൈബർ സെക്സായിരുന്നു ഇഷ്ടന്റെ ഹോബി. ഏതോ വെബ് സൈറ്റിൽനിന്ന് കിട്ടിയ ടെലഫോൺ നമ്പറുകൾ കറക്കി വിദേശങ്ങളിലുള്ള പെണ്ണുങ്ങളുമായി കൊച്ചു വർത്തമാനം തന്നെ. സ്ത്രീയുടെ ശബ്ദവും വാക്കുകളും നല്കുന്ന രതിസുഖം ബംഗാളി ബാബു സുഭിഷമായി ആസ്വദിച്ചു. അന്വേഷണം കള്ളി വെളിച്ചത്താക്കിയിട്ടും ബാനർജിക്ക് കുറ്റബോധമോ നാണക്കേടോ തോന്നിയില്ല.

ഈ ഭൂമിയിൽ ഞാൻ കുറേ വർഷങ്ങൾ ജീവിച്ചതുകൊണ്ട് എന്റെ ശരീരത്തിനോ മനസ്സിനോ വാർദ്ധക്യം ബാധിച്ചിട്ടില്ല. ഞാൻ ഷണ്ഡനായിട്ടില്ല. വിഭാര്യനായ ഒരാൾ സന്ന്യാസിയാവണമെന്നോ ബ്രഹ്മചര്യം അനുഷ്ഠിക്കണമെന്നോ നമ്മുടെ വേദങ്ങളോ പുരാണങ്ങളോ പറയുന്നില്ല. നേരെ മറിച്ചാണ് ഉപദേശിക്കുന്നത്. പണ്ടത്തെ ഋഷിമാരും മുനിമാരും എന്തെല്ലാം ഭൂമികകളിലാണ് ബീജാധാനം നടത്തിയിട്ടുള്ളതെന്ന് പരിശോധിച്ചാൽ അത് ബോദ്ധ്യമാകും."

ബാനർജിയോട് ആരും തർക്കിച്ചില്ല. മകൻ എവിടുന്നൊക്കെയോ കടം വാങ്ങി ടെലഫോൺ ബില്ലടച്ചു. ഇന്റർനെറ്റ് കണക്ഷൻ വേണ്ടെന്ന് വെച്ചു. "അത് ബാനർജിക്ക് വല്യ ഒരടിയായിക്കാണുമല്ലോ."

"ഒരടിയുമായില്ല. വെളഞ്ഞവനല്ലേ ബാനർജി. ആൾ പഴയൊരു താല്പര്യം തേച്ചു തുടച്ച് മിനുക്കിയെടുത്തു. പെയിന്റിങ്. നഗ്നതയുടെ അപാരസാദ്ധ്യതകൾ വരകളിലൂടെയും വർണ്ണങ്ങളിലൂടെയും തെളിഞ്ഞു വരുമ്പോൾ ആ വിരലുകളിൽ ദൈവസിദ്ധികളുള്ളതായി തോന്നും. ബാനർജിയുടെ മുമ്പിൽ എല്ലാം ഉരിഞ്ഞിടാൻ തയ്യാറായി ഊഴം കാത്തിരിക്കുന്ന സ്ത്രീകൾ നിരവധിയാണ്. ബാനർജിക്കിനി സൈബർ സെക്സിന്റെ ആവശ്യമില്ല. ഫൈബർ സെക്സ് മതി."

# ഇരുപത്തിനാല്

**എ**ന്നും പുതിയ വാർത്തകളും കൊണ്ടെത്തുന്നത് ശടഗോപനാണെങ്കിലും ഇന്ന് അതിനൊരപവാദം. വാർത്തകൾ വായിക്കുന്നത് കെ എൻ നായർ.

"രണ്ട് അനിഷ്ട സംഭവങ്ങളുമായി നിങ്ങളുടെ മുമ്പിൽ വരേണ്ടി വന്നതിൽ എനിക്ക് അതിയായ ഖേദമുണ്ട്.

രണ്ടും ഒളിച്ചോട്ടങ്ങളുടെ കഥ. വാർത്തകൾ ഉളവാക്കിയ നടുക്കത്തിന് ഒരുവിധം ശമനം വന്നതിനുശേഷമാണ് ഞാൻ നിങ്ങളുടെ മുമ്പിൽ വരാൻ ധൈര്യപ്പെട്ടത്. നിങ്ങൾ അസൂയാലുക്കളും മറ്റുള്ളവർക്ക് പാര പണിയുന്നവരും അല്ലാത്തതുകൊണ്ടും ആവുന്നത്ര മനഃസംയമനത്തോടെ കാര്യങ്ങൾ ശ്രദ്ധിച്ച് കേൾക്കുക. മേനോന്റെ യുവതിയും സുമുഖിയുമായ ഭാര്യ ചെറുപ്പക്കാരനായ കമിതാവിന്റെ കൂടെ ഒളിച്ചോടിപ്പോയിരിക്കുന്നു. മേനോൻ പ്രണയാധിക്യം കൊണ്ട് ദാച്ചു എന്ന് വിളിക്കുന്ന ദാക്ഷായണി ഭർത്താവിന്റെ കൈയിൽനിന്നും ഈടാക്കാവുന്നതെല്ലാം കൈവശമാക്കിയതിന് ശേഷമാണ് സ്ഥലം വിട്ടത്. ഈ ദാരുണസംഭവത്തിന്ശേഷം മേനോൻ വീട്ടിൽനിന്ന് പുറത്തിറങ്ങിയിട്ടില്ല. ജലപാനം കഴിച്ചിട്ടില്ല. ഒരു വാക്കും ഉരിയാടിയിട്ടില്ല."

"എടോ നായരേ താൻ തമാശ പറയാണോ. മറ്റുള്ളോരടെ ജീവനെക്കൊണ്ടുള്ള കളി നന്നല്ല കേട്ടോ."

"നിങ്ങൾക്കെന്നെ അത്രയ്ക്ക് വിശ്വാസല്ല്യേ. ഞാനും കുടുംബവും കുഞ്ഞുകുട്ടി പരാധീനങ്ങളുമുള്ളവനല്ലേ. മേനോനെപ്പോലെ ശുദ്ധാത്മാവായ ഒരാളെക്കുറിച്ച് ഞാൻ അപഖ്യാതി പരത്തുമെന്ന് നിങ്ങൾ കരുതുന്നുണ്ടോ?"

"ഹേയ് അങ്ങിനെയുള്ള തെറ്റിദ്ധാരണയൊന്നുമില്ല. താൻ പല നേര

മ്പോക്കുകളും പറയുന്ന കൂട്ടത്തിൽ സെൻസേഷലായ ഒരു ന്യൂസും കൂട്ടിച്ചേർത്തതാണോ എന്ന് ശങ്കിച്ചുന്ന് മാത്രം."

"ശങ്ക വേണ്ട സഹജരേ. ഞാൻ പറഞ്ഞതെല്ലാം അക്ഷരം പ്രതി ശരിയാണ്."

"എടോ മേനോൻ നിധി കാക്കുന്ന ഭൂതം പോലെയല്ലേ അവളെ കാക്കാറ്. പിന്നെ ഇതെങ്ങിനെ സംഭവിച്ചു?"

"പെണ്ണൊരുമ്പെട്ടാൽ ആർക്ക് തടുക്കാനാവും. അവള് ഒന്നും കാണാതെയാവുമോ ഈ വയസ്സന്റെ കൂടെ ഇറങ്ങിത്തിരിച്ചത്. കാസറ്റ് കൊടുക്കാൻ പതിവായി വന്നിരുന്ന പയ്യന്റെ കൂടെയാണ് അവൾ ഒളിച്ചോട്ടം നടത്തിയിരിക്കുന്നത്. അവൻ മറ്റു കാസറ്റുകളോടൊപ്പം ചില നീലക്കാസറ്റുകളും തിരുകിക്കയറ്റാറുണ്ട് എന്നറിയുന്നു. അതൊക്കെ കണ്ട് കാമാർത്തയാകുന്ന അവൾക്ക് മേനോനുണ്ടോ മതിയാകുന്നു. കാര്യസാദ്ധ്യത്തിന് അവൾ കാസറ്റ് കൊടുക്കുന്ന ചെക്കനെ തന്നെ കയറിപ്പിടിച്ചു. മോനോന്റെ കണ്ണിൽ ഇത്രയും കാലം അവർ പൊടിയിട്ടു. നില്ക്കക്കള്ളിയില്ലാതായപ്പോഴാവണം രക്ഷപ്പെട്ടത്."

"വാസ്തവത്തിൽ അത് രക്ഷപ്പെടലാണെന്ന് തനിക്ക് തോന്നുന്നുണ്ടോ." പിച്ചു അയ്യർ ചോദിച്ചു. "നരകത്തിലേക്കുള്ള പോക്കല്ലേ ഇത്. ആ പെണ്ണിന്റെ കൈയിലെ കാശ് തീരുമ്പോ അവൻ അവളെ ഏതെങ്കിലും ബസ് സ്റ്റാന്റിലോ റെയിൽവേ സ്റ്റേഷനിലോ ഉപേക്ഷിച്ച് ഒരു മുങ്ങ് മുങ്ങും. പിന്നെ പൊന്തലുണ്ടാവില്ല. അതോടെ അവൾ പൊതുസ്വത്തായിത്തീരും. കൈയൂക്കുള്ളവരൊക്കെ എടുത്ത് ധൂർത്തടിക്കും. എടോ നായരേ ഇനിയങ്ങോട്ടുള്ള അവരുടെ ജീവിതം സിനിമയിലെന്നപോലെ ഞാൻ കാണുന്നു. ശ്വാസമടക്കിപ്പിടിച്ചിരിക്കേണ്ട രംഗങ്ങളേയുള്ളൂ."

"നിങ്ങൾ ആ മേനോന്റെ കാര്യം കൂടി ഒന്നാലോചിക്കൂ. വയസ്സുകാലത്ത് താങ്ങും തുണയുമായി വിശ്വസ്തയായ ഒന്നിനെ കിട്ടി എന്ന സമാധാനത്തിന്റെ കോട്ട അയാളുടെ മീതെ തകർന്നു വീണിരിക്കുന്നു. പരുക്കുകളോടെ രക്ഷപ്പെടുമോ ജീവഹാനി സംഭവിക്കുമോ എന്നു കണ്ടറിയണം.

ആരേയും വിശ്വസിക്കാതിരിക്കുക. ആരുമായും കൂടുതൽ അടുക്കാതിരിക്കുക. ആരേയും സ്നേഹിക്കാതിരിക്കുക. പ്രയാസങ്ങളും മനക്ലേശങ്ങളും ഒഴിവാക്കാൻ അതേ വഴിയുള്ളൂ ഇപ്പോൾ."

"നമുക്ക് മേനോനെ പോയി കാണണ്ടേ. ആശ്വസിപ്പിക്കണ്ടേ." പിച്ചു അയ്യർ ചോദിച്ചു." ഒന്നോർക്കുമ്പോൾ പോകാതിരിക്കയാണ് നല്ലത്. എങ്ങനെയാണ് അയാളെ നമ്മൾ സമാധാനിപ്പിക്കുക. ആ ചെറുക്കന്റെ കൂടെ ഓടിപ്പോയ പെണ്ണിനെ അന്വേഷിച്ച് പിടിച്ചുകൊണ്ടുവരാമെന്ന് പറയാനാവുമോ.

അതല്ല വേഗം മറ്റൊരുത്തിയെ കണ്ടുപിടിച്ച് കല്യാണം കഴിക്കാമെന്ന് പറഞ്ഞാൽ അയാൾ ആശ്വസിക്കുമോ. വാസ്തവത്തിൽ നമുക്കൊന്നും പറയാനില്ല. പിന്നെ കൂട്ടുകാരെന്ന നിലയ്ക്ക് പോയി എന്തെ

ങ്കിലുമൊക്കെ പറഞ്ഞ് പോരാമെന്ന് മാത്രം. ഇത് ഒരു വലിയ നഷ്ടമായോ വ്യസനമായോ എടുക്കേണ്ടതില്ലെന്ന് പറഞ്ഞുനോക്കാം."

"പോകാം. ക്ഷമിക്കൂ. മേനോൻ ഒന്നാറിത്തണുക്കട്ടെ. അതിനിടയ്ക്ക് നിങ്ങൾ ശേഷം ഭാഗം കൂടി കേൾക്കൂ."

"നമ്മുടെ കൃഷ്ണമൂർത്തി ബാലാജി മന്ദിറിലെ ഭജനസംഘത്തിൽ ചേർന്നു. താടിയും തലയുമൊക്കെ നീട്ടി ആളെ കണ്ടാലറിയില്ല."

"പിന്നെ തനിക്കെങ്ങനെ മനസ്സിലായി?"

"ശബ്ദത്തിൽനിന്ന്. വെളുപ്പാൻ കാലത്ത് നാലു മണിക്ക് ഇലത്താളവുംകൊട്ടി ഭജനപാടിപ്പോകുന്നവരുടെ കൂട്ടത്തിൽ നിന്ന് മുഴക്കമുള്ള ശബ്ദം വേറിട്ട് നിന്നു. ആ ശബ്ദം പരിചിതമാണെന്ന് തിരിച്ചറിയാൻ പ്രയാസമുണ്ടായില്ലെങ്കിലും അത് കൃഷ്ണമൂർത്തിയുടേതാണെന്ന് കണ്ടു പിടിക്കാൻ എനിക്ക് പുറത്തിറങ്ങേണ്ടി വന്നു. കൃഷ്ണമൂർത്തി കണ്ണടച്ച് ഈശ്വര ചിന്തയുടെ ലഹരിയിൽ ഭജനയിൽ ആമഗ്നനായി നടക്കുമ്പോൾ അയാൾക്ക് പ്രാപഞ്ചികമായ പരിചയങ്ങളോ കെട്ടുപാടുകളോ ഉണ്ടായിരുന്നില്ല.

മനസ്സ് സൂചിമുനപോലെ ഏകാഗ്രമായി ഭഗവൽപ്പാദാരവിന്ദങ്ങളിൽ തറച്ച് നിന്നു. കൃഷ്ണമൂർത്തിക്ക് എങ്ങനെ ഈ പരിണാമം വന്നു. ഒരു ദിവസം കൊണ്ടോ ഒരു മാസം കൊണ്ടോ ഒരാളിൽ വരാവുന്ന ചില്ല മാറ്റമല്ല ഇത്. ജീവിതത്തിലെ ഏതെങ്കിലും വിഷമ സന്ധിയിൽ അകക്കണ്ണിലൂടെ കണ്ട ഒരു രൂപവുമായി താദാത്മ്യം പ്രാപിക്കുകയായിരുന്നോ കൃഷ്ണ മൂർത്തി. അതോ തന്നിൽനിന്നും തന്റെ യാഥാർത്ഥ്യങ്ങളിൽനിന്നും ഒളിച്ചോടാനുള്ള ഒരടവോ. എന്നാലും യക്ഷികളെ സ്വപ്നം കാണുകയും രാജമുന്ദ്രിയിലെ പച്ചമുളക് കടിച്ചു തിന്നുന്ന എരിവുള്ള പെണ്ണുങ്ങളെ പ്രാപിക്കുകയും ചെയ്തിരുന്ന മൂർത്തിക്ക് എങ്ങനെ ഒരു തികഞ്ഞ ഭക്തനാവാൻ കഴിയും എന്ന ചിന്ത എന്നെ വല്ലാതെ അലട്ടി. ഞാൻ കൃഷ്ണമൂർത്തിക്ക് വളരെ അടുപ്പമുള്ള പലരോടും കാരണം തിരക്കി. മൂത്ത മകൾ അവളുടെ രക്തത്തിന്റെ മഹിമ മറന്ന് മത്സ്യമാംസാദികൾ ഭക്ഷിക്കുന്ന ഒരധമന്റെ കൂടെ ദാമ്പത്യത്തിലേക്ക് ഒളിച്ചോടിയത് അയാളുടെ ഉള്ളു പിളർന്നു. പ്രാണൻ പിടഞ്ഞ് പുറത്ത് ചാടി. അയാൾ അഗാധമായ ഒരു ഗർത്തത്തിലേക്ക് കാലിടറി വീണു. അതിൽനിന്ന് കരകയറുവാൻ ഈശ്വര ചിന്തയൊന്ന് മാത്രമേ സഹായകമാവൂ എന്ന ദൃഢബോധത്താൽ കൃഷ്ണമൂർത്തിയും വീട് വിട്ടിറങ്ങി. ഏതോ ഒരുൾവിളി കേട്ട പോലെയുള്ള ആ പോക്കിൽ അയാളൊന്ന് തിരിഞ്ഞു നോക്കിയില്ല. ഭാര്യയുടെയും ശേഷിച്ച മകളുടേയും കണ്ണീരിൽ കുതിർന്ന പിൻവിളി കേട്ടില്ല."

"അപ്പോ അയാള് രണ്ടാമത്തെ മോളേം ഓടിച്ചേ അടങ്ങൂ അല്ലേ."

"ആകെ മുങ്ങിയവന് പിന്നെ കുളിരുണ്ടോ."

"നായർ കൊണ്ടുവന്ന വാർത്തകൾ ഞങ്ങളുടെ അടി തെറ്റിച്ചിരിക്കുന്നു. മനസ്സിൽ ദുഃഖവും വ്യസനവും ആധിയും നിറച്ചിരിക്കുന്നു. മതി

ഇനി ഒന്നും കേൾക്കണ്ട. പക്ഷേ, നിങ്ങളൊന്നാലോചിച്ച് നോക്കൂ. കൃഷ്ണമൂർത്തി എങ്ങിനെയാണ് തന്റെ മക്കളെ വളർത്തിയതെന്ന്.

ഭാരത സ്ത്രീകളുടെ ഭാവ ശുദ്ധിയോടെ ബ്രാഹ്മണകുലത്തിന്റെ നിറ ദീപങ്ങളായി അവർ ശോഭിക്കണമെന്ന് അയാൾ ആത്മാർത്ഥമായി മോഹിച്ചു. അഞ്ചു വയസ്സ് കഴിഞ്ഞപ്പോഴേക്കും അവരെ ഭരതനാട്യം പഠിക്കാനും കർണ്ണാടക സംഗീതം അഭ്യസിക്കാനും വിട്ടു. സ്കൂൾ പഠിപ്പും നൃത്താഭ്യാസനവും പാട്ടും ക്ലാസുകളും ആ കുട്ടികളെ ഞെക്കിപ്പിഴിഞ്ഞു. അവർക്ക് മറ്റു കുട്ടികളെപ്പോലെ സിനിമ കാണാനോ അടിപൊളി പാട്ടുകൾ കേൾക്കാനോ സ്കൂൾ പിക്കിനിക്കിന് പോകാനോ അനുവാദമുണ്ടായിരുന്നില്ല. സമയവുമുണ്ടായിരുന്നില്ല. വംശത്തിനോ കുടുംബത്തിനോ കളങ്കം വരുത്തുന്ന ചിന്തകൾ മുളയ്ക്കുന്നത് അലസവേളകളിലാണെന്നും കൂട്ടുകെട്ടുകൊണ്ടാണെന്നും അതിനുള്ള സന്ദർഭങ്ങൾ ഇല്ലാതാക്കിയാൽ കുട്ടികൾ സദ്ഗുണസമ്പന്നരായി വളരുമെന്നും കൃഷ്ണമൂർത്തി വിശ്വസിച്ചു. അവർക്ക് അവരുടെ ചിന്തകളും സ്വപ്നങ്ങളും ഉണ്ടാക്കുന്നതിന് പകരം അയാൾ അയാളുടെ ചിന്തകളുടെയും സ്വപ്നങ്ങളെയും ഭാരം അവരുടെ നെഞ്ചിലേറ്റാൻ ശ്രമിച്ചു. അവിടെയാണ് തെറ്റ് പറ്റിയത്. ഇപ്പോഴെന്തായി. കോലമണിയാറുള്ള വിരലുകളിൽ മീൻചെതുമ്പലുകൾ പറ്റുന്നു. കീർത്തനങ്ങളാലപിക്കാറുള്ള ചുണ്ടുകളിൽ ലിപ്സ്റ്റിക് പുരളുന്നു. മുല്ലപ്പൂ മണക്കാറുള്ള മകളെ വിസ്കി മണക്കുന്നു.

കൃഷ്ണമൂർത്തിക്ക് സഹിക്കാവുന്നതിന് അപ്പുറമാണ് ഇതെല്ലാം. സ്വന്തം ഗോത്രനന്മകളിലും കുടുംബ പാരമ്പര്യങ്ങളിലും ഊറ്റം കൊണ്ടിരുന്ന ഒരാൾ നിലം പൊത്തി വീണിരിക്കുന്നു. അയാൾക്ക് എഴുന്നേറ്റ് മറ്റുള്ളവരുടെ മുഖത്ത് നോക്കാനാവില്ല. പഴയ കൃഷ്ണമൂർത്തി നമുക്ക് നഷ്ടപ്പെട്ടിരിക്കുന്നു."

# ഇരുപത്തിയഞ്ച്

**പി**ച്ചു അയ്യർ ആകാവുന്നത്ര വഴിയോരം ചേർന്നാണ് നടന്നിരുന്നത്. ഇനി നീങ്ങാൻ ഒട്ടും സ്ഥലമില്ല. ആളുകൾക്ക് നടക്കാനുള്ള നടപ്പാതയത്രയും വഴിവാണിഭക്കാർ സ്വന്തമാക്കിയിരിക്കുന്നു. ചോദിക്കാനും പറയാനും ആളില്ല. അശരണരായ ജനങ്ങളെ റോഡിൽനിന്ന് മരണഭീഷണി മുഴക്കുന്ന വാഹനങ്ങൾ വിരട്ടിയോടിക്കുന്നു. നടപ്പാതയിൽനിന്ന് കച്ചവടക്കാരും. വഴിയാത്രക്കാർക്ക് ഒരവകാശവുമില്ലല്ലോ എന്ന ഖേദം പിച്ചു അയ്യരുടെ മനസ്സിൽ കറുത്ത പുകപോലെ പടർന്നു. ആ പുകയെ വകഞ്ഞു കൊണ്ടാണ് ചോദ്യം.

"എന്താ സാറേ അറിയ്യോ?"

തൊട്ട് മുമ്പിൽ ഒരാൾ വഴി തടഞ്ഞു നിന്നുകൊണ്ട് അങ്ങനെ ചോദിച്ചപ്പോൾ പിച്ചു അയ്യർ അമ്പരന്നു. എന്തെല്ലാം സൂത്രങ്ങൾ ഉപയോഗിച്ചാണ് ഓരോരുത്തർ തട്ടിപ്പു നടത്തുന്നതെന്ന് ഒരുനിമിഷം ഓർത്തു. എന്തെങ്കിലും പറ്റും പാർശ്വവും ലോഹ്യവും പരിചയവുമൊക്കെ പറഞ്ഞ് കൈയിലുള്ളതൊക്കെ തട്ടിയെടുക്കുന്നവരുടെ സംഖ്യ ക്രമാതീതമായി വർദ്ധിച്ചിട്ടുണ്ട്. ഒരു ഞൊടിയിൽ ഉദാസീനയായാൽ പണം മാത്രമല്ല കണ്ണിന്റെ കൃഷ്ണമണിയോ കിഡ്നിയോ പോലും നഷ്ടപ്പെടാം. പിച്ചു അയ്യർ ഒന്നും പറയാതെ ആലോചനകളിൽ മുഴുകിയപ്പോൾ അയാൾ തുടർന്നു ചോദിച്ചു.

"എൽ ഡി ക്ലാർക്ക് താമരാക്ഷനെ ഇത്ര വേഗം മറന്നു പോയോ സാർ?"

"മറന്നതല്ല. ചെറിയ ഓർമ്മപ്പിശക്. വയസ്സായില്ല്യേ."

"ഓ. സാറിന് അത്രയ്ക്കൊന്നും പ്രായമായിട്ടില്ല. റിട്ടയർ ചെയ്ത അന്നത്തെപ്പോലെ തന്നെയിരിക്കുന്നു."

എടാ ഇവൻ എന്നെ സുഖിപ്പിച്ച് എന്തെങ്കിലും നേടാനുള്ള ശ്രമത്തിലാണോ.

"പിന്നെ സാറേ. കഴിഞ്ഞ കൊല്ലം താമരാക്ഷന് ഒരു പ്രമോഷൻ തരായി. കമലാക്ഷിസ്സാറ് ചാർജ്ജ് എടുത്തതോണ്ടാ കിട്ടീത്."

അത് തനിക്കിട്ടൊരു വയ്പല്ലേ എന്ന് പിച്ചു അയ്യർക്ക് തോന്നാതിരുന്നില്ല. ഇവനൊക്കെ ജീവിതത്തിൽ ആദ്യമായിട്ടാവും തന്റെ നേരെ നോക്കി സംസാരിക്കുന്നത്. താമരാക്ഷൻ ഓഫീസ് വിശേഷങ്ങളും പറഞ്ഞ് കൂടെ നടക്കുമ്പോഴാണ് പരമേശ്വരൻ നായരെപ്പറ്റി പറഞ്ഞത്. അയാൾ അത്യാസന്നനായി ആശുപത്രിയിൽ കിടക്കുന്നു.

"ആ പാവത്തിന്റെ കാര്യം വല്യ കഷ്ടാണ് സാറേ. നോക്കാനാളില്ല. കൈയിൽ കാശില്ല. ആശുപത്രി വരാന്തയിൽ മരണം കാത്ത് കെടക്വാണ്."

കേട്ടപ്പോൾ പിച്ചു അയ്യരുടെ മനസ്സിൽ പാപബോധത്തിന്റെ തീയാളി. പരമേശ്വരൻ നായരുടെ ദുർവ്വിധിക്കും ദുരിതങ്ങൾക്കും താനാണ് ഉത്തരവാദി എന്നൊരു ചിന്ത ഉള്ളുലയ്ക്കുന്നു. അയാളെ അന്ന് സസ്പെന്റ് ചെയ്തില്ലായിരുന്നെങ്കിൽ പ്രോവിഡന്റ് ഫണ്ടും ഗ്രാറ്റ്യുവിറ്റിയുംകൂടി നല്ലൊരു തുക കിട്ടുമായിരുന്നു. അതിനും പുറമേ പെൻഷനും. ആരുടെയും സഹായമോ ഔദാര്യമോ കൂടാതെ ആ പാവം ജീവിച്ച് പോയേനെ. അയാളുടെ ജീവിതം പേനയുടെ ഒരു കോറൽകൊണ്ട് നശിപ്പിക്കാൻ തനിക്കു കഴിഞ്ഞു. എന്നിട്ട് താനെന്ത് നേടി? ഇന്നും ഓഫീസുകളിൽ കഴിവുള്ളവരും കഴിവില്ലാത്തവരും ഇല്ലേ. കൈക്കൂലി വാങ്ങുന്നവരും വാങ്ങാത്തവരുമില്ലേ. ഫയലുകൾ പഴയ വേഗത്തിൽ തന്നെ സഞ്ചരിക്കുന്നു. കാര്യങ്ങൾ എന്നത്തേയുംപോലെ നടക്കുന്നു. ഒരു പിച്ചു അയ്യരുടെ സാന്നിദ്ധ്യമോ അസാന്നിദ്ധ്യമോ എവിടേയും ഒരു പ്രശ്നമോ ചർച്ചാവിഷയമോ അല്ല. ചവറ്റുകുട്ടകൾക്കെന്ത് മാഹാത്മ്യം. കോടികളുടെ തിരിമറികൾ ചെയ്ത് വസ്തുവഹകൾ സമ്പാദിച്ചു കൂട്ടി സസുഖം ശിഷ്ടജീവിതം നയിക്കുന്ന സുഖജീവികളുള്ള ഈ മഹാരാജ്യത്തിൽ നിർദ്ധനനും രോഗിയും പാവവുമായ പരമേശ്വരൻ നായരെ ആസ്പത്രി വരാന്തയിലേക്ക് എറിഞ്ഞ മഹാപാതകത്തിന് മാപ്പില്ല. പിച്ചു അയ്യരുടെ ഉള്ളിൽ ഒരു കടൽ ക്ഷോഭിച്ചിരമ്പി. അയാൾ പെട്ടെന്ന് പരവശനായി വഴിവക്കിൽ തളർന്നിരുന്നപ്പോൾ താമരാക്ഷൻ പരിഭ്രമിച്ചു. "എന്ത് പറ്റീ സാറേ. അസുഖം വല്ലതും?"

"പരിഭ്രമിക്കണ്ട. ഒന്ന് വിശ്രമിച്ചാൽ ശരിയാവും."

താമരാക്ഷൻ അടുത്തുള്ള കരക്കുകടയിൽ ചെന്ന് ധാരാളം വെള്ളമുള്ള ഒരിളന്നീർ മുഖം ചെത്തി വാങ്ങി. പിച്ചു അയ്യർ ഒരു വലിക്ക് വെള്ളം മുഴുവൻ കുടിച്ചു തീർത്തു ആശ്വാസമായി.

"ആണ്ടവനേ മുരുഹാ..."

തലചുറ്റലും ക്ഷീണവും മാറിയപ്പോൾ പിച്ചു അയ്യർ എഴുന്നേറ്റു.

"എന്നാ അങ്ങന്യാവട്ടെ താമരാക്ഷാ. സഹായത്തിന് നന്ദി."

"അയ്യോ സാറിനെ ഇനി തന്നെ പറഞ്ഞയക്കില്ല. എവിട്യാ പോണ്ടത്ന്ന് പറഞ്ഞാ ഞാൻ കൊണ്ടാക്കാം."

"അതൊക്കെ ബുദ്ധിമുട്ടാവില്ലേ താമരാക്ഷാ. ഞാൻ തനിയെ പൊയ്ക്കോളാം."

"ഇതൊക്കെ ഒരു ബുദ്ധിമുട്ടാണോ സാറേ. തടികൊണ്ടെങ്കിലും മനുഷ്യര് പരസ്പരം സഹായിച്ചില്ലെങ്കില് നമ്മളും നാലുകാലിൽ നടക്കുന്നതല്ലേ ഭേദം."

പിച്ചു അയ്യർ പിന്നെ എതിർത്തൊന്നും പറഞ്ഞില്ല.

നടക്കാൻ തുടങ്ങി. പിന്നിൽ നിഴൽപോലെ താമരാക്ഷനും. "പരമേശ്വരൻ നായരെ എനിക്കൊന്ന് കണ്ടാക്കൊള്ളാന്ന്ണ്ട്. ഏതാസ്പത്രീലാന്നാ പറഞ്ഞേ?"

"രാജാവാഡി" താമാരാക്ഷൻ പറഞ്ഞു.

"പോണം, പോയി പ്രായശ്ചിത്തം ചെയ്യണം," പിച്ചു അയ്യർ ആത്മഗതം ചെയ്തു. പിറ്റേ ദിവസം കാലത്ത് തന്നെ ബാങ്കിൽ പോയി പിച്ചു അയ്യർ അയ്യായിരം രൂപയെടുത്തു. ഒരോട്ടോ പിടിച്ച് ആസ്പത്രിയിലെത്തി. റിസപ്ഷനിലിരിക്കുന്ന പെൺകുട്ടിയോട് അന്വേഷിച്ചു.

"പരമേശ്വരൻ നായർ എന്നൊരു രോഗി ഏത് വാർഡിലാണ്?"

അവർ രജിസ്റ്റർ നിവർത്തിവെച്ച് പേരുകളിലൂടെ കണ്ണോടിച്ചു. പിന്നെ നിർവ്വികാരയായി പറഞ്ഞു. "അയാൾ രണ്ടുദിവസം മുമ്പ് ചത്തുപോയി."

അവൾ രജിസ്റ്റർ ശബ്ദത്തോടെ അടച്ചപ്പോൾ പരമേശ്വരൻ നായരെ സംബന്ധിക്കുന്നതെല്ലാം തീർന്നു. മനഃസ്താപത്തോടെ പിച്ചു അയ്യർ ആസ്പത്രിയുടെ ചവിട്ടുപടികൾ ഇറങ്ങി. തന്റെ ജീവിതം പാപക്കറകൾ പുരണ്ട ഒരു മുഷിഞ്ഞ വസ്ത്രമാണെന്നും അത് തീയിട്ടു ചൂടുകയോ കാറ്റിൽ പറത്തുകയോ ഏതാണ് വേണ്ടതെന്ന് നിശ്ചയമില്ലാത്ത ഒരവസ്ഥയിൽ പിച്ചു അയ്യർ ഏറെ നേരം വിഷണ്ണനായി നിന്നു.

# ഇരുപത്തിയാറ്

**ആ**സ്പത്രി പടിക്കൽ ഓട്ടോ കാത്തു നില്ക്കുമ്പോൾ ഒരു പുതിയ മാരുതി കാർ പിച്ചു അയ്യരെ കടന്നുപോയി. പെട്ടെന്ന് ബ്രേക്കിട്ട് കാർ പിന്നോക്കം നീങ്ങി മുമ്പിൽ വന്നുനിന്നു. മുൻവശത്തെ ചില്ലു താഴ്ത്തി യാത്രക്കാരി തല പുറത്തേക്കിട്ട് പിച്ചു അയ്യരെ സൂക്ഷിച്ച് നോക്കി.

"സാറെന്താ ഇവിടെ?"

ആ ശബ്ദം വസുന്ധരയുടെയാണെന്നതിൽ ഒട്ടും സംശയമുണ്ടായി രുന്നില്ല. മൃദുലവും ആർദ്രവുമായ ആ ശബ്ദത്തിൽ തന്നെ നോവിക്കാൻ കഴിവുള്ള ഒരു മുള്ള് ഒളിച്ചിരിക്കുന്നുണ്ടെന്ന് തനിക്ക് മാത്രമേ അറിയൂ. വസുന്ധരയ്ക്കറിയില്ല. അപ്പോൾ ഓർക്കാപ്പുറത്ത് ആ ശബ്ദത്തിന്റെ മുൾമുന കൊണ്ടപ്പോൾ പിച്ചു അയ്യരുടെ തലയിൽ നിന്നുത്ഭവിച്ചിരുന്ന വിയർപ്പിന്റെ നദികൾ കര കവിഞ്ഞൊഴുകി. വസുന്ധരയുടെ ചോദ്യത്തിന് മറുപടി പറയാതെ രജതരേഖകൾ തെളിഞ്ഞ മുടിയിലേക്കും കൂടുതൽ തേജസ്സാർന്ന മുഖത്തേക്കും നോക്കി ഒരു നിമിഷം അങ്ങനെ നിന്നു.

"ഞാൻ പരമേശ്വരൻ നായരെ കാണാൻ വന്നതാണ്." എന്ന് പറഞ്ഞു തീർക്കുന്നതിനുമുമ്പ് വസുന്ധര കൂട്ടിച്ചേർത്തു. "സാറ് സസ്പെന്റ് ചെയ്ത പരമേശ്വരൻ നായർ അല്ലേ?"

"തന്റെ മുഖം കരുവാളിച്ചത് തീർച്ചയായും അവർ കണ്ടിട്ടുണ്ടാവും. വസുന്ധരാദേവീ, ഭയങ്കരീ, എന്നെ കാണുന്ന മാത്രയിൽ എന്റെ തല ക്കിട്ട് മേടുവാൻ തക്കം പാർത്തിരിക്കുകയായിരുന്നു അല്ലേ എന്ന് ഓർക്കു മ്പോൾ വസുന്ധര ചോദിച്ചു: "എങ്ങനീണ്ട് പരമേശ്വരൻ നായർക്ക്?"

"അയാളുടെ കഥ കഴിഞ്ഞു. സസ്പെൻഷനും ഡിസ്മിസ്സലും ഇല്ലാത്ത ഒരു ലോകത്തേക്ക് പോയി. പിച്ചു അയ്യർ അങ്ങെത്തിയിട്ട് വേണം ഇനി അതൊക്കെ നടപ്പാക്കാൻ."

"അങ്ങനെയൊന്നും പറയാതെ സാർ."

"പറയുന്നതാണോ തെറ്റ്. പരമേശ്വരൻ നായരെ കഷ്ടപ്പെടുത്തി ദുരിതമനുഭവിപ്പിച്ച് വേഗം യാത്രയാക്കിയതിൽ എനിക്കും ഒരു പങ്കുണ്ടെന്നുള്ളത് നിഷേധിക്കാനാവുമോ. ഞാനിപ്പോൾ വെറുതെയിരിക്കുന്ന സമയം ഓർമ്മയുടെ പഴയ പേജുകൾ മറിച്ച് നോക്കാറുണ്ട്. ചിലതൊക്കെ ചിതലരിച്ച് പോയി. എന്നാലും വസുന്ധരയുടെ കണ്ണീർപ്പാടുകൾ അടുത്ത കാലത്തുപോലും കാണുകയുണ്ടായി."

"ഓ. ഞാനതെന്നേ മറന്നു. ഇവിടെ അടുത്താണ് എന്റെ താമസം. സാറ് വരൂ. പിന്നീട് ഞാൻ എവിടെ വേണമെങ്കിലും ഡ്രോപ്പ് ചെയ്യാം."

"ഇനിയൊരവസരത്തിൽപ്പോരേ?"

"കൈവന്ന അവസരം തട്ടിമാറ്റി മറ്റൊരവസരത്തിന് വേണ്ടി കാത്തിരിക്കുന്ന പതിവ് എനിക്കില്ല സാർ. മനുഷ്യരുടെ കാര്യമല്ലേ. നാളെ എന്ത് സംഭവിക്കുമെന്ന് ആരറിഞ്ഞു?"

"വസുന്ധര പറഞ്ഞത് ശരിയാണ്. പരമേശ്വരൻ നായർ എനിക്ക് അവസരം നിഷേധിച്ചതുപോലെ... ഞാൻ വരാം."

"പിച്ചു അയ്യർ കാറിൽ കയറി. അമർന്നിരുന്നിട്ട് പറഞ്ഞു. ഇനി കേൾക്കട്ടെ വസുന്ധരയുടെ വിശേഷങ്ങൾ."

"ദാ ഇങ്ങനെയൊക്കെ കഴിഞ്ഞുപോണു. സാർ."

"അതൊരൊഴുക്കൻ മറുപടിയാണ്. ചോദ്യം അവശേഷിക്കുന്നു. എങ്ങനെയൊക്കെ?"

"സാറ് പോന്ന് ഒരു കൊല്ലം കഴിഞ്ഞപ്പോൾ ഞാൻ വാളണ്ടറി റിട്ടയർമെന്റ് എടുത്തു. ഹസ്ബന്റ് ഗൾഫിൽ പോയി. കുടുംബഭരണം, കുട്ടികളുടെ മേൽനോട്ടം, പണമിടപാടുകൾ... ഒക്കെ എന്റെ തലയിലായി. എന്റെ മക്കളെ സ്വാശ്രയശീലമുള്ളവരാക്കിയതിന് എനിക്ക് സാറിനോട് നന്ദിയുണ്ട്. ഞാൻ ലീവെടുക്കാതായപ്പോൾ അവർ അവരുടെ കാര്യം നോക്കിത്തുടങ്ങി. ഇപ്പോൾ കണ്ടില്ലേ. കാറോടിക്കുന്നത് എന്റെ മോളാണ്. അവൾ സിറ്റിയിലെവിടെ വേണമെങ്കിലും പൊക്കോളും. മോനും മോശമല്ല. പക്ഷേ, അവന് പതിനെട്ട് തികഞ്ഞിട്ടില്ല. സാറിന്റെ പല നല്ല ഗുണങ്ങളും ഞാൻ ജീവിതത്തിൽ പകർത്തിയതുകൊണ്ടാണ് ഇന്ന് ഈ നിലയിലെത്തിയത്. അതിന് ഞാൻ കടപ്പെട്ടിരിക്കുന്നു."

"മോളേ, അങ്ങനെതന്നെ ഞാൻ വിളിക്കട്ടെ, നിന്റെ വാക്കുകൾ എന്റെ വാതിൽ അമൃതവർഷമായി പെയ്തിരിക്കുന്നു. എന്റെ ജീവിതം സാർത്ഥകമായിരിക്കുന്നു. ഇനി ഏത് നിമിഷം വേണമെങ്കിലും യാത്രയാവാം."

"യാത്രയാവേണ്ട ആവശ്യമെന്താണ്? ആയിരം പൂർണ്ണചന്ദ്രന്മാരെ ക്കണ്ട്..."

"വേണ്ട. വേണ്ട. അതിമോഹം പാടില്ല. സ്വരം നന്നായിരിക്കുമ്പോൾ തന്നെ പാട്ട് നിർത്തണം."

പിച്ചു അയ്യർ കാപ്പിയും പലഹാരവുമൊക്കെ കഴിച്ച് വസുന്ധരയുടെ

കാറിൽ വീട്ടിലേക്ക് മടങ്ങി. വസുന്ധരയുടെ മകൾ സാരഥി. അമ്മ അടുത്തിരുന്ന് നിർദ്ദേശങ്ങൾ നല്കുന്നു. പക്ഷിക്കുഞ്ഞിനെ പറക്കമുറ്റാറാക്കുന്ന തള്ളപ്പക്ഷി. എല്ലാ അമ്മമാരും സാധാരണ നിലയ്ക്ക് തള്ളപ്പക്ഷികൾ തന്നെ. എന്നാൽ ഇന്നത്തെ പത്ര വാർത്തയിലെ സ്ത്രീയോ? അഞ്ചും ഏഴും വയസ്സുമാത്രം പ്രായമുള്ള കുഞ്ഞുങ്ങളെ അവർ താമസിക്കുന്ന പ്രഭാദേവിയിലെ കെട്ടിടത്തിന്റെ പതിന്നാലാം നിലയിൽനിന്ന് താഴേക്കിട്ട് പുറകേ ചാടി ജീവനോടെക്കാൻ അവളെ പ്രേരിപ്പിച്ച സാഹചര്യങ്ങൾ എന്താവാം. അതിലും വിചിത്രമായി തോന്നുന്നത് അതിലൊരു കുഞ്ഞ് അത്ഭുതകരമായി മരണത്തെ അതിജീവിച്ചു എന്നതാണ്. ആ കുഞ്ഞിന്റെയും അതിന്റെ അച്ഛന്റേയും ജീവിതങ്ങൾ എങ്ങനെ കെട്ടിപ്പിണയുമെന്നും ഏച്ചുകൂട്ടുമെന്നും അവയുടെ മുന്നോട്ടുള്ള ഗതിയെന്തായിരിക്കും എന്നുള്ളതും പ്രപഞ്ചഗതി പോലെ പ്രവചനാതീതമാണ്.... ആ വാർത്ത വായിച്ചു കഴിഞ്ഞപ്പോൾ പിച്ചു അയ്യരുടെ മനസ്സ് മഴക്കാല നദിപോലെ കലങ്ങി. ജീവിതം മനുഷ്യരെ എന്തെല്ലാം മുൾമുനകളിലാണ് നിർത്തുന്നത്. *മഹാഭാരത*ത്തിൽ ഭീഷ്മർ മാത്രമാണ് ശരശയ്യയിൽ കിടന്നത്. ഈ നഗരത്തിൽ എത്രയോ മനുഷ്യർ ശരശയ്യയിലാണ്. പരമേശ്വരൻ നായരും അന്ത്യദിനങ്ങൾ കഴിച്ചത് രോഗത്തിന്റെ മുൾമുനകളിൽ തന്നെ. മനസ്സിലെ മ്ലാനത തീർക്കാൻ ഒന്ന് പുറത്തേക്കിറങ്ങണമെന്ന് തോന്നി. തന്റെ വാച്ചിൽ ഇപ്പോൾ നാല് മണിയാകുന്നില്ല. വാച്ച് നിന്ന് പോയിരിക്കുന്നു. കേടുപാടുകൾ തീർക്കാനാവാത്ത വിധം അതിന് പഴക്കം ചെന്നിരിക്കുന്നു. തന്റെ ശരീരം പോലെ. ആദ്യശമ്പളം കൊണ്ട് വാങ്ങിയതാണ് ഫേവർ ലൂബ. സ്വിസ് മെയ്ഡ്. അക്കാലത്തെ മുന്തിയ വാച്ച് അതായിരുന്നു. വാച്ചിന്റെ ചക്രം തിരിയാതായതുപോലെ തന്റെയുള്ളിലും ചക്രങ്ങളുടെ തിരച്ചിൽ മന്ദഗതിയിലായിട്ടുണ്ട്. ഒരു പെയ്സ് മേക്കർ വെക്കുന്നത് കൊണ്ടെന്ത് കാര്യം. ഓട്ടം നിലയ്ക്കുന്നത് സ്വാഭാവികമായി തന്നെ സംഭവിക്കട്ടെ... പക്ഷേ, രാശാമണി അതിന് സമ്മതിക്കില്ല..

അവനും ഭാര്യയും സുബ്ബുഡുവും കൂടി പുനലൂര് പോയിരിക്കുന്നു. ഭാഗ്യത്തിന്റെ ഏറ്റവും ഇളയ അനിയത്തിയുടെ വിവാഹം. പോയതും തിരിച്ചു വരുന്നതും ഫ്ളൈറ്റിൽ തന്നെ. രണ്ടുപേരും തന്നോട് കൂടെ ചെല്ലാൻ നിർബ്ബന്ധിച്ചതാണ്. മുട്ടുകളിലെ വേദനയുടെ പേരിൽ ഒഴിവായി. രണ്ടു ദിവസം പുറത്തിറങ്ങിയില്ല. വീടു കാവൽ... പിച്ചു അയ്യർ ആദ്യം താക്കോൽ പൂണൂലിൽ തന്നെയുണ്ടെന്ന് ഉറപ്പു വരുത്തി. പിന്നെ കതകടച്ച് കോണിയിറങ്ങി. ലക്ഷ്യമൊന്നുമില്ലാതെ അലസമായി നടന്നു. സ്കൂൾ മൈതാനത്ത് കുട്ടികൾ കളിക്കുന്നുണ്ടായിരുന്നു. എല്ലാവരും തിരക്കുള്ളതുപോലെ ധൃതിവെച്ച് നടന്നുനീങ്ങുന്നു. ഇവർക്കിടയിൽ തിരക്കില്ലാത്ത ഒരേ ഒരാൾ പിച്ചു അയ്യർ. ഏജീസ് ഓഫീസിൽ സഹപ്രവർത്തകരെ മുൾമുനയിൽ നിറുത്തിയിരുന്ന സെക്ഷൻ ഓഫീസർ. ജോലിയിൽ നിന്ന് വിരമിച്ച അയാൾ ഇപ്പോൾ ഒന്നും ചെയ്യാനില്ലാതെ, ആരാലും ശ്രദ്ധിക്കപ്പെടാതെ റോഡിൽ അച്ചാലും മുച്ചാലും നടക്കുകയാണ്. വടികു

ത്തിയും വീൽ ചെയറിലുമായി പുറത്തെ കാറ്റും വെളിച്ചവും കൊള്ളാനെത്തുന്ന വാർദ്ധക്യങ്ങളെ കണ്ടപ്പോൾ പിച്ചു അയ്യർക്ക് ചെറുപ്പമായി. മുട്ടുവേദന വകവെയ്ക്കാതെ നടന്നു. അകലെ എവിടെ നിന്നോ കർണ്ണാടകസംഗീതത്തിന്റെ ആരോഹണാവരോഹണങ്ങൾ. ഏതെങ്കിലും മാമി കുട്ടികളെ സംഗീതം പഠിപ്പിക്കുകയാവാം. പിച്ചു അയ്യർ അടുത്തുണ്ടായിരുന്ന കലുങ്കിൽ കയറിയിരുന്ന് മാമി കുട്ടികൾക്ക് ചൊല്ലിക്കൊടുക്കുന്ന രാഗങ്ങളെ തിരിച്ചറിയാൻ ശ്രമിച്ചു. അങ്ങനെ എത്രനേരം ഇരുന്നു എന്നറിയില്ല. ചുറ്റും വിളക്കുകൾ തെളിഞ്ഞപ്പോൾ തട്ടിപ്പിടഞ്ഞ് എണീറ്റു...

തിരിച്ചുവന്നപ്പോൾ വീടിന്റെ വാതിൽ മലർക്കെ തുറന്നു കിടക്കുന്നു! പിച്ചു അയ്യരുടെ നല്ലജീവൻ ഒരു കിളിയായി പറന്നു. അയാൾ അറിയാതെ ആണ്ടവനെ വിളിച്ചുപോയി. തൊണ്ട വരണ്ടതും ഉമിനീർവറ്റിയതും ശബ്ദം നഷ്ടപ്പെട്ടതും ഒപ്പമായിരുന്നു. മുട്ടുകൾ കൂട്ടിയിടിക്കുന്നു. മുമ്പൊരിക്കലും പിച്ചു അയ്യർ ഇതുപോലെ ഭയപ്പെട്ടിട്ടില്ല. ആന മദിച്ചു വരുന്നു എന്ന് ആരെങ്കിലും പറഞ്ഞാൽ എന്നാൽ അവന്റെ തലയെടുപ്പും വീരപരാക്രമങ്ങളും ഒന്ന് കണ്ടിട്ടുതന്നെ കാര്യം എന്നായിരുന്നു, പിച്ചു അയ്യരുടെ സമീപനം. ആ മനസ്ഥൈര്യമൊക്കെ ചോർന്നുപോയി ഇപ്പോൾ ദുർബ്ബലനായിരിക്കുന്നു. ആരോ കുത്തിത്തുറന്ന് കൊള്ളയടിച്ചിട്ടിരിക്കുന്ന ഫ്ളാറ്റിന്റെ ഉൾവശം പ്രാചീനമായ ഗുഹാന്തരാളം പോലെ ഭീതിദമായിരുന്നു. ഇനി എന്ത് എന്ന പൊള്ളുന്ന ചിന്തയുമായി സ്വന്തം വീടിനു മുമ്പിൽ അപരിചിതനെപ്പോലെ നിന്നു. സംഗമേശ്വരന്റെ വീട്ടിൽ പോയി ബെല്ലടിച്ചു. വീട് കുത്തിത്തുറന്നത് പണ്ട് തന്നെ സഹായിച്ച കീമെയ്ക്കർ തന്നെയായിരിക്കുമെന്ന് പിച്ചു അയ്യർ തീരുമാനിച്ചു. മറ്റാർക്കാണ് ഇത്ര കൃത്യമായി ഇത് സാധിക്കുക. വാതിലിന് കേടുപാടൊന്നും കൂടാതെ ഇത് തുറന്നിരിക്കുന്നു. സംഗമേശ്വരനെ വിളിച്ച് കാണിച്ചാലോ എന്ന ആശങ്ക ഉടനെ മനസ്സിൽനിന്ന് തുടച്ചുമാറ്റി. പണ്ടത്തെ ആ കഥ മറ്റാരും അറിയാതെ തന്റെ ഉള്ളിൽ തന്നെ കുഴിച്ച് മൂടിയിരിക്കയാണ്. അത് വീണ്ടും ചികഞ്ഞെടുത്ത് നാണം കെടണ്ട. അന്ന് ഉണ്ടായതൊക്കെ തുറന്ന് പറഞ്ഞിരുന്നെങ്കിൽ മകനും മരുമകളുംകൂടി ആ പഴയ പൂട്ട് മാറ്റി കൂടുതൽ ഉറപ്പുള്ളതും എളുപ്പം തുറക്കാനാവാത്തതുമായ ഒരുപൂട്ട് തറപ്പിച്ചേനെ.

"എന്റെ പിഴ, എന്റെ വലിയ പിഴ" എന്ന് തെറ്റു പറ്റിയവന്റെ പശ്ചാത്താപത്തോടെ പിച്ചു അയ്യർ സ്വയം പിറുപിറുത്തു.

ചാരിവെച്ചിരുന്ന കിടപ്പുമുറിയുടെ വാതിൽ മെല്ലെ തുറന്ന് അകത്തു കടന്നു. അകത്ത് ആരെങ്കിലും ഒളിച്ചിരിപ്പുണ്ടെങ്കിൽ അപ്രതീക്ഷിതമായ ഒരാക്രമണം കൊണ്ട് തന്റെ കഥ തീരാം. അതോർത്തപ്പോൾ പിച്ചു അയ്യരുടെ സർവ്വാംഗം വിറച്ചു. കാലിൽ ഭാരം തൂക്കിയതുപോലെ തരിപ്പ്. അടുത്ത് കിടന്നിരുന്ന കസേരയിൽ ഇരുന്നു. ഒളിഞ്ഞും ചെരിഞ്ഞും അകത്തേക്ക് നോക്കി. തന്റെ ശ്വാസോച്ഛ്വാസത്തിന്റെ അലകളല്ലാതെ മറ്റൊന്നും കേൾക്കാനില്ല. ധൈര്യം സംഭരിച്ച് കിടപ്പുമുറിയിലേക്ക്. അവി

ടെയാണ് ഗോദ്റേജ് കമ്പനിക്കാരുടെ അലമാര സരോജത്തിന്റെ നിർബ്ബന്ധത്തിന് വഴങ്ങി ഇൻസ്റ്റോൾമെന്റിൽ വാങ്ങിയത്. അവളുടെ കാഞ്ചിപുരം പട്ടുപുടവകൾ കൂറ നക്കാതെ സൂക്ഷിച്ചിരുന്നത് അതിലാണ്. അത്യാവശ്യത്തിന് ഉപയോഗിച്ചിരുന്ന സ്വർണ്ണാഭരണങ്ങളും. മരുമകൾ വന്നപ്പോൾ അതെല്ലാം അവൾക്ക് കൈമാറി. മരുമകൾ മിടുക്കിയായിരുന്നതുകൊണ്ട് വിലപിടിപ്പുള്ള വസ്തുക്കളൊന്നും വീട്ടിൽ സൂക്ഷിക്കാറില്ല. അതെല്ലാം അവളുടെ ബാങ്ക് ലോക്കറിലാണ്. സാധാരണ അലമാരയുടെ താക്കോൽ അതിന്മേൽ തന്നെ തൂങ്ങി കിടക്കുന്നുണ്ടാവും,

അതുകൊണ്ട് ഒരു ഗുണമുണ്ടായി. അലമാര കുത്തിത്തുറന്ന് കേട് വരുത്തിയിട്ടില്ല. തുണികളൊക്കെ വലിച്ചു വാരിയിട്ടിട്ടുണ്ട്. ഒന്നും എടുത്തുകൊണ്ട് പോയിട്ടില്ല. പിച്ചു അയ്യർ വെച്ചിരുന്ന കുറച്ച് പണം നഷ്ടപ്പെട്ടിട്ടുണ്ട്. അതെത്രയാണെന്ന് കൃത്യമായി ഓർമ്മയില്ല. ആയിരമോ ആയിരഞ്ഞിയഞ്ഞൂറോ ഉണ്ടാവും. ഭാഗ്യത്തിനോ രാശാമണിക്കോ അതൊരു വലിയ സംഖ്യയല്ല. എന്നാൽ പെൻഷൻ പറ്റിയ പിച്ചു അയ്യർക്ക് അതൊരു നിസ്സാരസംഖ്യയുമല്ല. നഷ്ടപ്പെട്ടത് ഒരു രൂപയായാലും നഷ്ടം തന്നെയാണ്. ആരും പിച്ചു അയ്യർക്ക് ഒരുരൂപ പോലും വെറുതെ കൊടുത്തിട്ടില്ല. ഖേദം അത് മാത്രമല്ല. തന്റെ കുട്ടികൾ ഇല്ലാത്തപ്പോൾ ഈ ഫ്ളാറ്റ് പോലും കാത്തുസൂക്ഷിക്കാൻ തനിക്കായില്ലല്ലോ എന്നതാണ്.

വലിയ കൊമ്പത്തിരുന്ന ആളാണെന്ന് അഹങ്കരിച്ചിരുന്നതൊക്കെ വെറുതെ. വടക്കേ ഇന്ത്യക്കാർ പറയുന്നതുപോലെ 'ആ ബൈൽ മുഝേമാർ...' (കാളേ വന്ന് എന്നെ കുത്ത്) എന്ന് പറഞ്ഞ് കാളയുടെ മുമ്പിൽ നിന്നതുകൊണ്ടല്ലേ കുത്തുകൊണ്ടത്. കീ മെയ്ക്കറെ വിളിച്ച് വരുത്തി സ്വന്തം കഴിവുകേട് രഹസ്യമായി വെച്ചതിനുള്ള ശിക്ഷ തന്നെ ഇത്. ഇനി ഒന്നും ഒളിച്ചുവെക്കേണ്ടതില്ല. രാശാമണിയും ഭാഗ്യവും വന്നാൽ വീടിന് പുതിയ പൂട്ട് ഉണ്ടാക്കണം.

# ഇരുപത്തിയേഴ്

**ഇ**പ്പോൾ സായാഹ്നങ്ങളിലേക്ക് ഉറ്റു നോക്കുന്ന പതിവില്ല. അവിടെ കൂട്ടം കൂടാൻ ആരും എത്താറില്ല. കാൽമുട്ടുകളിലെ വർദ്ധിച്ച് വരുന്ന വേദന നടത്തത്തിന് വിഘാതമാവുന്നു. നിഷ്പ്രയോജനകരമായ സായാഹ്നങ്ങൾ ഇരുണ്ടുകൂടി സന്ധ്യകളാവുമ്പോൾ മനസ്സിൽ വിഷാദമേഘങ്ങൾ നിറയുന്നു. ആ മേഘങ്ങളിൽ പിച്ചു അയ്യർ കാണുന്നത് ദ്രോഹത്തിന്റെ പല മുഖങ്ങളാണ്.

ആർക്ക് ആരെയൊക്കെ എങ്ങനെയെല്ലാം ദ്രോഹിക്കാം. താൻ ചിലരെയെല്ലാം ദ്രോഹിച്ചു. സർവ്വീസ് ബുക്കിലെ ചുവന്ന മഷിക്കുറിപ്പുകൾ. അവ ഇന്നും രേഖകളായി സൂക്ഷിക്കപ്പെടുന്നു. എന്നാൽ രേഖപ്പെടുത്താതെയും നിർവ്വചിക്കപ്പെടാതെയും പ്രകാശിക്കാതെയും പോകുന്ന ദ്രോഹങ്ങളില്ലേ. വാക്കുകൊണ്ടും പ്രവൃത്തികൊണ്ടും ഒരുവനെ ദ്രോഹിക്കാം. നിശ്ശബ്ദതകൊണ്ടും നിസ്സഹകരണംകൊണ്ടും ദ്രോഹിക്കാം. സ്നേഹിച്ചും സ്നേഹിക്കാതെയും ദ്രോഹിക്കാം. ദ്രോഹം അച്ഛനമ്മമാരിൽ നിന്നുണ്ടാവാം ഭാര്യയിൽ/ഭർത്താവിൽ നിന്നുണ്ടാവാം. കാമുകി/കാമുകൻമാരിൽ നിന്നുണ്ടാവാം. മക്കളിൽനിന്നും മരുമക്കളിൽനിന്നുമുണ്ടാവാം. സഹപ്രവർത്തകരിൽനിന്ന്, സ്നേഹിതന്മാരിൽനിന്ന്, അപരിചിതരിൽനിന്ന്.. ചുരുക്കത്തിൽ ലോകത്തിലുള്ള സകല ജീവജാലങ്ങളിൽനിന്നും പഞ്ചഭൂതങ്ങളിൽനിന്നും സൂര്യനിൽനിന്നും മനുഷ്യന് ദ്രോഹങ്ങളുണ്ടാവാം. ദ്രോഹരഹിതമായൊരവസ്ഥ ഈ ഭൂമിയിലില്ല തന്നെ. പരലോകത്തിലും ഇതൊന്നുമുണ്ടാവില്ലെന്ന് ആരു കണ്ടു. അവിടെപ്പോയി സ്ഥിതിഗതികൾ മനസ്സിലാക്കി വന്നവർ ആരുമില്ലല്ലോ....

തന്റെ മനസ്സ് ഈയിടെ റെയിൽ തെറ്റിയോടുന്ന ഒരു തീവണ്ടിയായിട്ടില്ലേ എന്ന് പിച്ചു അയ്യർ ആശങ്കിച്ചു. പ്രത്യേകിച്ച് വൈകുന്നേരങ്ങ

ളിൽ എവിടേയും പോകാതെയുള്ള ഇരിപ്പ് മനസ്സിൽ ദൂഷിതവലയങ്ങൾ സൃഷ്ടിക്കുന്നു. ചിന്തകളിൽ തീയാളിപ്പടരുന്നു. അത്തരം ദുർനിമിഷങ്ങളിൽ കാണുന്നതും കേൾക്കുന്നതും എല്ലാം അഹിതമായിത്തീരുന്നു. സുബ്ബുവിനോടുപോലും അകല്ച..

കഴിഞ്ഞൊരു ദിവസം രാശാമണിയും ഭാഗ്യവും കൂടി സംസാരിക്കുമ്പോൾ അത് തന്നെക്കുറിച്ചാണെന്ന് തോന്നിയതും അത് ഒളിഞ്ഞുനിന്ന് കേൾക്കാൻ ശ്രമിച്ചതും ഹീനമായ പ്രവർത്തിയായിരുന്നു എന്നതിൽ സംശയമില്ല.

അതെന്തിനു ചെയ്തു എന്ന ചിന്ത അലട്ടാൻ തുടങ്ങി. അങ്ങനെയൊരു വശം തന്റെ സ്വഭാവത്തിലുണ്ടായിരുന്നു എന്ന് ആലോചിക്കുമ്പോൾ അപകർഷബോധവും ആത്മനിന്ദയും മനസ്സിനെ മഥിക്കുന്നു. സ്വന്തം മക്കളെ വിശ്വസിക്കാത്ത, അവരുടെ രഹസ്യങ്ങളിലേക്ക് നുഴഞ്ഞിറങ്ങാൻ ശ്രമിക്കുന്ന ഒരച്ഛന് ഏത് നരകമാണ് ദൈവം വിധിക്കുക?

പിച്ചു അയ്യരുടെ ചിന്തകൾ തുഴ നഷ്ടപ്പെട്ട തോണി പോലെ ലക്ഷ്യമില്ലാതെ അലയുന്നു. ഒന്നും ചെയ്യാനില്ലാത്തതുകൊണ്ടും ധാരാളം സമയം കൈവശമുള്ളതു കൊണ്ടുമാണ് അനാവശ്യ ചിന്തകൾ മനസ്സിൽ കയറി പറ്റുന്നത്.

പ്രതിവിധിയായിട്ടാണ് പുലർച്ചയ്ക്ക് എഴുന്നേറ്റ് നടക്കാനാരംഭിച്ചത്. ഓരോ ദിവസം ഓരോ വഴി. പുതിയ പുതിയ കാഴ്ചകൾ കാണുകയായിരുന്നു. ഒരു വലിയ കെട്ടിടം കണ്ടാൽ പിച്ചു അയ്യർ സംശയിച്ച് നില്ക്കും.

ഇത് പണ്ട് ഇവിടെയുണ്ടായിരുന്നോ ഞാനീ വഴിയെ എത്രയോ തവണ പോയിരിക്കുന്നു. അന്നൊന്നും ഈ കെട്ടിടം എന്റെ ശ്രദ്ധയിൽ പെട്ടിട്ടില്ലല്ലോ. അങ്ങനെ സംശയങ്ങളേയും ഓർമ്മപ്പിശകുകളെയും തട്ടിത്തടഞ്ഞ് നടക്കുന്നതിനിടയിലാണ് പിച്ചു അയ്യർ ആനന്ദാശ്രമത്തിന്റെ മുമ്പിലെത്തിയത്. കറുത്ത ഗ്രാനൈറ്റ് സ്തംഭങ്ങളിൽ സ്വർണ്ണലിപികളിൽ ആനന്ദാശ്രമം. സ്തംഭങ്ങൾക്ക് മീതെ കമാനാകൃതിയിൽ ബൊഗൻവില്ലപ്പടർപ്പിൽ പല നിറങ്ങളിലുള്ള പൂക്കൾ. പുഷ്പങ്ങളുടെ തലോടലേറ്റ് അകത്ത് കടന്നാൽ പച്ചപ്പുൽപ്പരപ്പുകൾ, ആമ്പൽപ്പൊയ്കകൾ, ജലധാരയന്ത്രങ്ങൾ, ടെന്നീസ് ബാഡ്മിന്റൻ കോർട്ടുകൾ...

പലരും കളികളിലും വ്യായാമങ്ങളിലും ഏർപ്പെട്ടിരുന്നു. ചിലർ യോഗാസനങ്ങളിൽ, ഒരു കൂട്ടം ആളുകൾ സ്ത്രീകളും പുരുഷന്മാരും വൃത്താകൃതിയിൽ നിന്ന് കൈ കോർത്ത് പിടിച്ച് ചിരിയോട് ചിരി.

പിച്ചു അയ്യർ ഉയർന്ന ഇരുമ്പ് ഗെയിറ്റിന്റെ അഴികൾക്കിടയിലൂടെ ചാഞ്ഞും ചെരിഞ്ഞും നോക്കുന്നതു കണ്ടപ്പോൾ വാച്ച്മാൻ ചോദിച്ചു. “അങ്കിൾ ആരെയാണ് തിരയുന്നത്?”

“ഞാൻ ആരേയും തിരയുകയല്ല. ഇതിനകത്ത് എന്താണ് നടക്കുന്നതെന്ന് അറിയാനുള്ള കൗതുകം മാത്രം.”

“വരൂ. ഞാൻ അതിന് പറ്റിയ ആളുടെ അടുത്തേക്ക് കൊണ്ടുപോകാം.”

പിച്ചു അയ്യർ സ്വീകരണ മുറിയിൽ മാർബിളിൽ തെളിയുന്ന തന്റെ പ്രതിച്ഛായ നോക്കിയിരിക്കുമ്പോൾ മദ്ധ്യവയസ്സ് കഴിഞ്ഞ ഒരു പാഴ്സി സ്ത്രീ വന്ന് അവർക്ക് സ്വതസിദ്ധമായ പ്രത്യേക ഉച്ചാരണത്തിൽ ആംഗ്യ വിക്ഷേപങ്ങളോടെ പറഞ്ഞു.

"ഞാൻ മെർലിൻ മിരന്ദാസ്. താങ്കൾക്ക് എന്ത് സേവനമാണ് ഞാൻ ചെയ്യേണ്ടത്?"

"അങ്ങനെ പ്രത്യേകിച്ചൊന്നുമില്ല. ഞാൻ ഇതിന് മുമ്പിലൂടെ വല്ലപ്പോഴും കടന്നുപോയിട്ടുണ്ടാവാം. എന്നാൽ ശ്രദ്ധിച്ച് നോക്കിയത് ഇന്ന് ആദ്യമായിട്ടാണ്. കുറേ അധികം ആളുകൾ, അത് സമപ്രായക്കാർ ചിരിച്ചും കളിച്ചും ഉല്ലസിക്കുന്നത് കണ്ടപ്പോൾ കൗതുകം തോന്നി. ഇന്ന് ഏതെങ്കിലും ക്ലബ്ബോ ജിംഖാനയോ വൃദ്ധസദനമോ എന്താണെന്ന് അറിയാനാണ് അകത്തു കടന്നത്. അപ്പോൾ വാച്ച്മേൻ ഇവിടേക്ക് കൂട്ടിക്കൊണ്ടുവന്നു."

"താങ്കൾക്ക് സ്വാഗതം ഞങ്ങൾ ഇതിന് ക്ലബ്ബെന്നോ ജിംഖാനയെന്നോ പേരിട്ട് അവരുടെ പ്രവർത്തനശൈലി സ്വീകരിച്ചിട്ടില്ല. തീർച്ചയായും വൃദ്ധസദനം എന്ന് വിളിക്കാൻ ഞങ്ങൾ ഉദ്ദേശിച്ചതേയില്ല. കാരണം ആ പേരിൽ തന്നെ അനാഥത്വമുണ്ട്. കാരുണ്യത്തിനുള്ള യാചനയുണ്ട്. കാരുണ്യവും സ്നേഹവും നിഷേധിക്കപ്പെട്ടവർക്കുള്ള ഒരഭയസ്ഥാനമായിട്ടല്ല ഇതിന്റെ സ്ഥാപകൻ ആനന്ദാശ്രമത്തെ വിഭാവം ചെയ്യുന്നത്. പ്രായം ചെല്ലുമ്പോൾ ഏകാന്തത അനുഭവപ്പെടുന്നവർക്ക് കൂട്ടുകൂടാനും വിശ്രമിക്കാനും സുഖമായി താമസിക്കാനുമുള്ള ഒരിടമാണിത്. ഹസാരിമൽ സേഠ് എന്നൊരാളെപ്പറ്റി കേട്ടിട്ടുണ്ടോ. മൂന്നോ നാലോ തുണിമില്ലുകളുടെ ഉടമസ്ഥനായിരുന്നു. സമ്പാദിച്ചതിന് കണക്കില്ല. എന്നാൽ അന്ത്യകാലത്ത് അദ്ദേഹം വളരെയേറെ ഏകാന്തത അനുഭവിച്ചിരുന്നു. തന്മൂലം ദുഃഖിതനും നിരാശനുമായിരുന്നു. മലബാർ ഹില്ലിലെ മൂന്നുനില മാളികയിൽ പരിചാരകന്മാർക്കും വേലക്കാർക്കും ദാസികൾക്കും കുറവുണ്ടായിരുന്നില്ല.

പക്ഷേ, അദ്ദേഹത്തിനാവശ്യം സമാന ചിന്തകളുള്ള കൂട്ടുകാരെയായിരുന്നു. സ്നേഹത്തിനും കൂട്ടായ്മയ്ക്കും വേണ്ടി ആരംഭിച്ചതാണ് ആനന്ദാശ്രമം. തുടക്കത്തിൽ ഇരുപത് ആളുകൾക്ക് താമസിക്കാനേ സൗകര്യമുണ്ടായിരുന്നുള്ളൂ. അടുത്ത കാലത്താണ് എല്ലാ ആധുനിക സൗകര്യങ്ങളുമുള്ള ഈ കെട്ടിടത്തിന്റെ പണി തീർന്നത്. ഇപ്പോൾ എൺപത് പേർക്ക് താമസിക്കാനുള്ള സംവിധാനമുണ്ട്. ഞങ്ങൾ ഇതിന്റെ നടത്തിപ്പിനുള്ള പണം മാത്രം മാസാമാസം ലാഭവും നഷ്ടവുമില്ലാത്ത വിധം അന്തേവാസികളിൽ നിന്ന് ഈടാക്കുന്നു. മറ്റ് പുറം ചെലവുകൾക്കെല്ലാം ഹസാരിമൽ സേഠിനോട് വക കൊള്ളിച്ചിട്ടുണ്ട്. ഇവിടെയുള്ളവരെ യഥേഷ്ടം ജീവിക്കാൻ അനുവദിക്കുക എന്നുള്ളതാണ് ഞങ്ങളുടെ നയം. ഒരാൾക്ക് വേണമെങ്കിൽ മരണംവരെ ഇവിടെ താമസിക്കാം. ഇനിയൊരാൾക്ക് രണ്ടു മാസം കൊണ്ട് മടുപ്പ് തോന്നുന്നുവെങ്കിൽ വിട്ടു പോകാം.

കരാറുകളോ നിബന്ധനകളോ ഇല്ല.”

സംസാരം അവസാനിപ്പിച്ചുകൊണ്ട് അവർ ആനന്ദാശ്രമത്തെക്കുറിച്ചുള്ള ലഘുലേഖകൾ പിച്ചു അയ്യർക്ക് കൊടുത്തു.

ലഘു ലേഖയിലുള്ളതിനേക്കാൾ വിശദമായി മെർലിൻ കാര്യങ്ങൾ പറഞ്ഞിരുന്നതുകൊണ്ട് വായിക്കാൻ സമയം കളഞ്ഞില്ല. ഒന്ന് ഓടിച്ച് നോക്കിയതേയുള്ളൂ. ആനന്ദാശ്രമത്തിൽനിന്ന് പുറത്തു കടക്കുമ്പോൾ മനസ്സിൽ പുൽപ്പരപ്പുകളുടെ ശാന്തതയും പൂക്കളുടെ സുഗന്ധവും തങ്ങിനിന്നിരുന്നു. ചില തീരുമാനങ്ങൾ സത്വരമായി എടുത്തേ പറ്റൂ. വരുംവരായ്കകൾ മുഴുവൻ മുൻകൂട്ടി കണ്ട് എടുക്കുന്ന തീരുമാനങ്ങൾ പലപ്പോഴും പാളിപ്പോകാറുണ്ട്. അതേസമയം ആറാമിന്ദ്രിയത്തിന്റെ ഉദ്ബോധനത്തിന് വഴങ്ങി എടുക്കാറുള്ള തീരുമാനങ്ങൾ മിക്കപ്പോഴും ശരിയാവാറുണ്ട്. ഇന്നത്തെ തീരുമാനവും അതുപോലെയാണ്.

വീട്ടൽ ചെന്നതും കടലാസും പേനയുമെടുത്ത് ഒരു കുറിപ്പെഴുതി.

‘മകനേ രാശാമണീ,

നമ്മൾ ഏറെ മോഹിച്ചും ആശിച്ചും വാങ്ങിക്കൂട്ടുന്ന പ്രിയപ്പെട്ട സാധനങ്ങൾ പോലും കാലമേറെച്ചെല്ലുമ്പോൾ അധികപ്പറ്റാണെന്ന് തോന്നും. അത് വെക്കാൻ ഒരു സ്ഥലമില്ലാതെ നമ്മൾ കുഴങ്ങും. അപ്പോൾ സാധാരണയായി നാം അത് കച്ചവടവാലയ്ക്കോ റദ്ദീവാലയ്ക്കോ എടുത്തു കൊടുക്കാറാണ് പതിവ്. മനുഷ്യരുടെ കാര്യത്തിൽ ഇത് വയ്യാത്തതുകൊണ്ട് നാം അധികപ്പറ്റുകളെ സഹിക്കുന്നു. പൊറുപ്പിക്കുന്നു.

മനുഷ്യരെല്ലാം ഒരു ദിവസമല്ലെങ്കിൽ മറ്റൊരു ദിവസം ഏതെങ്കിലും പ്രായത്തിൽ അധികപ്പറ്റാവാതെ വയ്യ. കയ്ച്ചിട്ട് ഇറക്കാനും മധുരിച്ചിട്ട് തുപ്പാനും വയ്യാത്ത അവസ്ഥയെ നിഷേധിച്ചിട്ടോ ഇല്ലെന്ന് നടിച്ചിട്ടോ കാര്യമില്ല. അത് ഇളക്കി നീക്കാൻ വയ്യാത്ത ഉറച്ച പാറപോലെ നമ്മുടെ മാർഗ്ഗമദ്ധ്യത്തിലുണ്ട്. താൻ അധികപറ്റാണെന്ന് സ്വയം തോന്നിത്തുടങ്ങുന്നതിന്മുമ്പ്, മറ്റുള്ളവർക്ക് അത് അനുഭവപ്പെടുന്നതിന് മുമ്പ് ഒഴിഞ്ഞുപോകുന്നത് നല്ലതാണ്. എനിക്ക് അങ്ങനെ തോന്നിത്തുടങ്ങിയെന്നോ എന്റെ മകൻ രാശാമണിക്കോ മരുമകൾ ഭാഗ്യത്തിനോ അങ്ങനെയൊരു വിചാരമുണ്ടെന്നോ ഇതിൽനിന്ന് വായിച്ചെടുക്കരുത്. എന്റെ മക്കൾ തങ്കപ്പെട്ടവരാണ്. ഭാര്യയും ഭർത്താവും തമ്മിൽ ദിവസത്തിൽ എട്ടു മണിക്കൂറെങ്കിലും പിരിഞ്ഞിരിക്കുന്നത് ആരോഗ്യകരമായ കുടുംബജീവിതത്തിന് അനുപേക്ഷണീയമാണെന്ന് ഞാനീയിടെ എവിടെയോ വായിച്ചു. അച്ഛൻ മക്കളിൽനിന്ന് എത്ര കാലം പിരിഞ്ഞിരിക്കണമെന്ന് അന്നു മുതൽ ഞാനാലോചിക്കാൻ തുടങ്ങി. വെറുതെ ആലോചിച്ചതുകൊണ്ടായില്ലല്ലോ. അതിന് പറ്റിയ സൗകര്യവും വേണ്ടേ. ഇപ്പോൾ എനിക്ക് അങ്ങനെയൊരു സൗകര്യം ഒത്തുവന്നിട്ടുണ്ട്. ഒന്ന് പരീക്ഷിച്ചാലോ എന്നാലോചിക്കുകയാണ്. ആലോചിക്കുകയല്ല, ഏതാണ്ട് തീർച്ചപ്പെടുത്തിക്കഴിഞ്ഞു. നിങ്ങൾ ഭയപ്പെടേണ്ട ഞാൻ അകലയൊന്നും പോകുന്നില്ല. ചുറ്റുവട്ടത്തുതന്നെയുണ്ടാവും. അത്രമാത്രം തല്ക്കാലം ധരി

ച്ചാൽ മതി. സാധാരണ വൃദ്ധസദനങ്ങളിലെ തന്തമാരെപ്പോലെയോ തള്ള മാരെപ്പോലെയോ ഞാനെന്റെ മക്കളിൽ പഴി ചാരുകയില്ല. ഞാൻ ഒരു വൃദ്ധസദനത്തിലേക്കല്ല പോകുന്നതെന്ന് നിങ്ങൾക്ക് ഉറപ്പ് തരുന്നു. നിങ്ങൾ എന്നെ കാണാൻ വല്ലപ്പോഴും കിട്ടുന്ന ഒഴിവു ദിവസം നഷ്ടപ്പെ ടുത്തി വരേണ്ടതില്ല. ഞാൻ ഇടയ്ക്കിടെ വന്ന് നിങ്ങളെ കണ്ടോളാം.

എന്നെ ആവശ്യമുള്ളതിൽ കൂടുതലായി എനിക്ക് നിങ്ങളെയാണ് ആവശ്യം. സുബ്ബുഡു ഇല്ലാത്തപ്പോഴേ എനിക്ക് ഇവിടുന്ന് പോകാനാവൂ. അവൻ ഉള്ളപ്പോൾ എന്നെ പോകാൻ അനുവദിക്കില്ല. മാത്രമല്ല, അവന്റെ വാടുന്ന മുഖം കണ്ടുകൊണ്ട് എനിക്ക് ഇവിടുന്ന് ഇറങ്ങാനാവില്ല. ഞാനാകെ തളർന്നുപോകും. അതുകൊണ്ട് വീടു പൂട്ടി താക്കോൽ സഭാ പതിയുടെ വീട്ടിൽ കൊടുക്കുന്നു. ഞാൻ എന്നെന്നേക്കുമായി പോവുക യാണെന്ന് കരുതേണ്ട. കുറച്ചു ദിവസം നിങ്ങളെയൊക്കെ വിട്ടു നില്ക്കാൻ കഴിയുമോ എന്നൊരു പരീക്ഷണം,

ഭാര്യയും ഭർത്താവും മകനും മാത്രമായുള്ള ഒരുജീവിതം നിങ്ങൾക്ക് ഇതുവരെ ഉണ്ടായിട്ടില്ല. അതിന് കാരണം ഞാനാണെന്ന് എന്റെ മനസ്സ് എന്നെ കൂടെക്കൂടെ ഓർമ്മിപ്പിക്കുന്നു. ഒരു കടൽക്കിഴവ നെപ്പോലെ നിന്റെ കഴുത്തിൽ കയറി എത്ര നാളിരിക്കാം. എല്ലാത്തിനും ഒരറുതി വേണ്ടേ. ഞാൻ ഒന്ന് താഴെയിറങ്ങി നിങ്ങൾ ആയാസരഹിത മായി ശ്വാസോച്ഛ്വാസം ചെയ്യുന്നത് കാണണമെന്ന മോഹം കലശലാ യുണ്ട്. എന്റെ പരീക്ഷണം പരാജയപ്പെട്ടാൽ ആ നിമിഷം ഞാൻ നിങ്ങ ളുടെ അടുത്തെത്തും. അതുവരെ ക്ഷമിക്കുക....'

കത്ത് മുഴുവനാക്കി ടീപ്പോയിൻമേൽവെച്ചു. പറന്നു പോകാതി രിക്കാൻ ടി വിയുടെ റിമോട്ടിനെ പേപ്പർ വെയിറ്റാക്കി. ചെക്ക്ബുക്കും പാസ് ബുക്കും എടുത്തു. വാതിൽ പൂട്ടി താക്കോൽ സഭാപതിയുടെ വീട്ടി ലേല്പിച്ചു. അവരുടെ ചോദ്യങ്ങൾക്ക് ചില്ലറ നുണകൾ പറഞ്ഞു. പിച്ചു അയ്യർ പുറത്തെ വെളിച്ചത്തിലേക്കും സ്വാതന്ത്ര്യത്തിലേക്കുമിറങ്ങി. എവി ടെയൊക്കെയോ കിളികൾ ചിലയ്ക്കുന്നു. തുമ്പികൾ പാറി പറക്കുന്നു. കാറ്റ് പലജാതി പൂക്കളുടെ സുഗന്ധം നിറച്ച കുളിർക്കൈകളാൽ തഴു കുന്നു.

പിച്ചു അയ്യർ ഒരു കീർത്തനത്തിന്റെ ശ്രുതിലയങ്ങളിൽ ആമഗ്നനായി ഭാരമില്ലാത്ത ഒരവസ്ഥയിലെന്നതുപോലെ നടന്നു.

www.ingramcontent.com/pod-product-compliance
Lightning Source LLC
LaVergne TN
LVHW060134051026
849517LV00007B/2469